முன்பொரு காலத்தில் ஒரு மந்திரவாதி

முன்பொரு காலத்தில் ஒரு மந்திரவாதி

ஸ்ரீராம் விஸ்வநாதன்

எழுத்து பிரசுரம்

Title: Munboru Kaalaththil
Author's Name: Sriram Viswanathan

Published by Ezutthu Prachuram

Ezutthu Prachuram
(An imprint of Zero Degree Publishing)
No. 55(7), R Block, 6th Avenue,
Anna Nagar,
Chennai - 600 040

Website: www.zerodegreepublishing.com
E Mail id: zerodegreepublishing@gmail.com
Phone : 89250 61999

Ezutthu Prachuram First Edition: June 2023
ISBN: 978-93-90053-69-8
TITLE NO EP: 441

Edited by: R. Vijayalakshmi
Cover Art & Illustrations: Ganapathy Subramaniam
Cover Design & Layout: Vijayan, Creative Studio

பொருளடக்கம்

1. தேடெய்தல்

முன்பொரு காலத்தில் ஒரு மந்திரவாதி இலக்கில்லாத தேடலின்போது களைப்பாக உள்ளது என்று, இருளினால் உருவாகிக்கொண்டிருந்த இரு வெளிச்சங்களின் நடுவில் கருவிழி போல் அமைந்த இரவில், தூண் கொண்ட ஒரு திண்ணையில் தன் மூட்டையைத் தலைக்கு வைத்துக்கொண்டு உறங்க ஆரம்பித்தான். அப்பொழுது தூக்கத்தின் கடைசி விழுதலில் அவனுக்கு 'ஏன் இத்தனை வீடுகளிருக்கையில் தான் இந்த வீட்டையும் அதன் திண்ணையையும் தேர்ந்தெடுத்தோம்' என்று ஒரு சந்தேகம் ஏற்பட்டது. அந்தக் கணமே அவன் தலை நசுக்கிய மூட்டையினுள் வைத்திருந்த வேறொரு மந்திரவாதியின் மண்டை ஓடு பேசத் தொடங்கியது. வசியமும் வக்கணையும் வள்ளல்தனமும் வடிய 'இந்த வீட்டில்தான் நீ தேடும் அனைத்தும் உனக்குக் கிட்டப்போகிறது' என்று அவனை அந்த மண்டை ஓடு சுவாரசியப்படுத்தியது.

அப்போதும் தூக்கம் கலைவதில் சம்மதமில்லாத மந்திரவாதி தலையை நகர்த்தாமல் 'நான் என்ன தேடுகிறேன்? அது ஏன் இங்குதான் கிடைக்கும்' என்று முனகிக்கொண்டே கேட்டான். அப்போது அந்த வீட்டின் ஜன்னல் ஒன்று திறந்து கொண்டது. ஜன்னல்கள் திறந்தாலும் அவற்றின் வழி தெரிவனவற்றை இன்னொரு பக்கத்தின் காட்சியாக நம்பக்கூடாது என்று மந்திரவாதி கங்கணம் கட்டிக்கொண்டு

இருந்தான். உள்ளிருந்து ஒரு அம்மி உருளும் சத்தம் கேட்கத் தொடங்கியது. நறுமண மிகுந்த ஒரு மூலிகையின் வாசனை அந்தச் சாளரத்தின் வழி வீசியது. அந்த வாசனை அவனது நினைவுகளை முன்பொரு காலத்துக்கு அழைத்துச் சென்றது. பதினாறு வயது இளைஞனாக அப்போது காடொன்றில் மந்திரவாதி அலைந்து கொண்டிருந்தான். அவனது நாசி அதே மூலிகையின் வாசனையால் நிறைந்திருந்தது. அந்த வாசனையை உன்மத்தமாக முகர்ந்து அது எங்கிருந்து வருகிறது என்று அதன் மூலத்தைத் தேடிச் சென்றான் மந்திரவாதி. விதவிதமான ஆயுதங்களின் பற்பல அமைப்புகளைப் போன்ற முற்களைக் கொண்ட செடிகள் நிறைந்த, காட்டின் முஷ்டியைப் போன்ற அழுத்தமான அடர்த்தியான ஒரு பகுதியை அடைந்தான். தாவரங்களின் சலசலப்பைப் போல் முதலில் அவனைச் சுற்றி ஒரு தோற்றம் பரவியது. அந்தத் தோற்றத்தை உற்றுப் பார்த்தான் மந்திரவாதி. அந்த முற்காட்டின் செடிகளின் நடுவில் பழிச் சண்டை நிகழ்ந்துகொண்டிருந்தது. அந்தச் செடிகளும் அவற்றின் இலைகளும் ஒவ்வொரு காற்றடிப்புக்கும் தங்களுக்குள்ளேயே போரென ஆடி ஒன்றையொன்று தத்தம் முள் ஆயுதங்களால் வெட்டிவீழ்த்திக் கொண்டிருந்தன.

தனது நினைவுகளை கனவாகக் கண்டபடி திண்ணையில் தூங்கிக்கொண்டிருந்த மந்திரவாதியை ஒரு நாய் தட்டி எழுப்பியது. அழகாக இருந்த அந்த நாயை மந்திரவாதி உடனே கொஞ்சத் தொடங்கினான். பின்னர் அந்தத் திண்ணையிலேயே அவர்கள் இருவரும் கட்டி அணைத்துக்கொண்டு உறங்கினர்.

விடியலுக்கு முன் சுருக்கென்று எழுந்த மந்திரவாதி அந்த நாளின் முதற்காரியமாக அந்த மண்டை ஓட்டை பார்வையிட தனது மூட்டையிலிருந்து எடுத்தான். தனது முகத்தின் முன் அந்த மண்டை ஓட்டை மந்திரவாதி ஏந்த, ஒரு நிலவைப் போல் அந்த மண்டை ஓடு ஜொலித்தது. கண் இல்லாத அதன் பார்வை மந்திரவாதியை ஆழ்ந்து நோக்கியது. அவனிடம் கனிவான குரலில் ‘ஓய்வே இல்லாத ஒரு பெரும் போர். அந்தப் போர் இரண்டு படைகளுக்கு நடுவில் நிகழவில்லை. அந்தப் போரில் பங்கெடுப்பவர்கள் அனைவரும் தனித்தனி ஆட்கள். யாரை யார் வெட்டி வீழ்த்த முயற்சிக்கிறார்கள் என்ற

காரணக் கோர்வையே இல்லாமல் அந்தப் போர் நிகழ்ந்து கொண்டே இருந்தது. உயிரைக் காப்பாற்றிக் கொள்பவர்கள், ஜெயித்து கொலைகளில் திளைப்பவர்கள் என்று இரண்டு விதமான மந்திரவாதிகள் மட்டுமே அந்த யுத்தத்தில் மிஞ்சினர். மந்திரவாதியே நீ யாகுனா அல்லது யாயாவா? நினைவுபடுத்திக்கொள். அந்தப் போரிலிருந்து சிறிது காலம் தப்பிக்க என் ஆணவத்தைக் கைவிட்டு உனது மூட்டைக்குள் பொருளாய்க் கிடந்தேன்' என்றது அந்த மண்டை ஓடு.

அப்போது திடீரென குடுகுடுவென்று அந்த வீட்டிலிருந்து பல கைகால் எலும்புகள் வெளியே ஓடிவந்து அந்த மண்டை ஓட்டை மந்திரவாதியிடமிருந்து பிடுங்கிச் சென்றன. வீட்டிற்குள் செல்லும்போது அந்த மண்டை ஓடு ஆணவமாகச் சிரித்தது. இனி தன்னை வெல்ல யாருமில்லை என்று கொக்கரித்துக் கொண்டே வீட்டிற்குள் சென்றது. அந்த வீட்டின் கதவுகளும் ஜன்னல்களும் தாழ்ச் சத்தத்துடன் அடைத்துக்கொண்டன. தன் நாயை அழைத்துக்கொண்டு அந்த இடத்தை விட்டு மந்திரவாதி வேகமாக நீங்கினான். போகும் வழியெல்லாம் அவன் தன்னைக் கேட்டுக்கொண்டே இருந்தான் 'அவன் யாகுனா அல்லது யாயாவா' என்று. இரண்டுவிதமான மந்திரவாதிகள்தான் இருந்தனர் என்ற தகவலும் யாகுனா அல்லது யாயாவா என்ற கேள்வியும் தொடர்புபட்டன. மந்திரவாதிகள் நல்லவர்களாகவோ அல்லது தீயவர்களாகவோ இருந்தனர். சில சமயங்களில் யாகுனவாக சில சமையங்களில் யாயாவாக. மந்திரவாதி அப்போது யாகுனவாக இருந்தான். அவனிடம் ஒரு நாய் இருந்தது. இனிமையானதொரு பயணம் தொடங்கியது. மந்திரஜாலம் என்றால் என்ன? மந்திரவாதி என்பவன் யார் என்று யோசித்துக்கொண்டே நிலங்களைத் தாண்டத் தொடங்கினான் மந்திரவாதி. அவனது உள்ளத்தில் ஒரு புத்தகம் மெல்ல உருவாகிக்கொண்டிருந்தது.

உ. சீசை

முன்பொரு காலத்தில் ஒரு மந்திரவாதி ஒரேயொரு மந்திரத்தை மட்டும் சரியாகக் கற்று வைத்திருந்தான். அந்த மந்திரத்தை எதைப் பார்த்து அவன் சொன்னாலும் அது பச்சையாக மாறிவிடும். அந்த சொற்ப மந்திரம் தந்த புளகாங்கிதம், வாழ்க்கைச் சக்கரத்தில் போகிறதா! சறுக்கிக்கொண்டு போகிறதா! என்று புரியாத போக்கில் அவனை நகர்த்தியது. அந்த மந்திரத்தை வைத்து சின்ன வித்தைகள் காட்டி பதவிசாகப் பிழைத்துவந்த மந்திரவாதி ஒரு நாள் சில பானைகளில் கள்ளை பச்சையாக மாற்றி அதிசய போதை தரும் யவன மது என்று விளம்பரப்படுத்தி விற்க முயற்சித்தான். அதைக் குடித்ததினால் படு குஷியாக இருப்பதைப் போல் அவனே போதையில் தள்ளாடி மாய்மாலம் செய்து காட்டினான். அவன் அடித்த லூட்டி விபரீதம் ஆகி, ஊர் தலையாரியைப் பார்த்து அந்த மந்திரத்தைச் சொல்ல அவர் அந்த நொடியே பச்சையாக மாறினார். மந்திரவாதி அடித்தோம் பிடித்தோம் என்று அவனது சொந்த ஊரைவிட்டுத் தப்பித்து தலைமறைவானான்.

பச்சையே கண்ணில் படாத பாலை நிலங்களில் சுற்றி அலையும் தேசாந்திரி ஆனான். பொழுது போகாத போதும், அவனும் ஒரு மந்திரவாதியா என்று அவனுக்கே சந்தேகம் எழுந்த போதும் மந்திரத்தைப் பிரயோகித்து எதையாவது ஒன்றைப் பச்சையாக்கிவிடுவான். என்றெல்லாம் அப்படிப் பச்சை

ஆக்குகிறானோ அன்றெல்லாம் பாலை நிலம் அவன் மனதை வாட்டியது. அவனது கண்கள் பச்சைப் பசேல் என்ற தாவர விரிப்பைத் தேடின. பாலையிலிருந்து நகர்ந்து நகர்ந்து ஐந்திணை நிலங்களிலும் திரியத் தொடங்கினான். சில காடுகளில் சில சிங்கங்களும் கரடிகளும் கூட அவனது கைங்கரியத்தால் பச்சையாகத் திரிந்தன. இதையே அச்சாணியாகக் கொண்டு சின்னச்சின்ன சித்து வேலைகள் செய்து மீண்டும் அவனது பழைய பிழைப்பை மெதுவாகத் தொடங்கினான். தலையாரி தன் தலையை எடுக்கக் காத்துக்கொண்டிருப்பார் என்ற அச்சம் அவனை நடுங்க வைத்தது. தன் மந்திரஜாலமே அவனை மாட்டிவிடக்கூடிய முத்திரை என்று அவன் மிக ஜாக்கிரதையாக நடந்துகொண்டான்.

முடிந்தவரை தனது பச்சை மந்திரத்தைப் பயன்படுத்தும் இச்சையைக் கட்டுப்படுத்திய மந்திரவாதிக்குச் சில நேரங்களில் கடலையும் ஆறுகளையும் மலைகளையும் நிலவையும் சூரியனையும் பார்க்கும்போது அவற்றைப் பச்சையாக மாற்றலாம் என்று நாத் துடிக்கும். தனக்கென்று அவன் வைத்துக்கொண்ட அறத்தின் கட்டுப்பாட்டால் அத்தகைய எண்ணங்களைக் கடந்தான். (அத்தகு அறங்களுக்கென்றே பிற்காலத்தில் அவன் நாலாயிரத்துப் பதின்மூன்று பாக்கள் கொண்ட ஒரு புத்தகம் எழுதினான் என்பது குறிப்பிடத்தக்கது). அவனது பச்சை மந்திரத்தை நினைத்த சௌகரியத்திற்குப் பயன்படுத்த முடியாத மந்திரவாதி அதன் சபலத்திலேயே உழன்றான்.

பிறகு வாழ்க்கை சலித்து, முறையாக ஒரு குருவிடம் குச்சிகளைக் குறுக்கேந்தி நீரூற்று கண்டுபிடிக்கும் வித்தையைக் கற்றான். கூழாங்கற்களைத் தரையில் உருட்டிவிட்டால் அவை ஓடிச்செல்லும் வாகிலேயே பூமிக்கு அடியில் நீரோட்டம் உள்ளதா என்று யூகிக்கும் அளவு தேர்ந்தான் மந்திரவாதி. ஒன்றிரண்டு கிணறுகளை வாய்திறந்த புண்ணியம் சேர, ஓரளவு பணமீட்ட ஆரம்பித்தவுடன் ஒருத்தியை மணந்தும் கொண்டான். நீரூற்றைத் தேட வேண்டிய அவசியம் உள்ளதா என்று விசாரித்துக்கொண்டு அவனது மனைவியுடன் கிராமம்

விட்டு கிராமம் அலைவதே அவனது வாழ்க்கையாக மாறியது. அவனது உத்தியோகத்தைப் போல் சொத்தையான வேலையைத் தனக்குத் தெரிந்தவரை எவரும் பார்த்ததில்லை என்று அவனது புருஷ லட்சணத்தைக் குறைசொல்வதே, அவர்களது உரையாடலில் அவளது பங்காக மாறியது. சதா நேரமும் 'என்ன பொழப்பிது' என்று அவள் கடிந்து கொண்டே அவனுடன் பொறிவர உராய்ந்தபடி திரிந்தாள்.

விரக்தி தன் கத்தியை சாணை பிடித்த அத்தகு பயணம் ஒன்றில், அவர்கள் ஆள் அரவமில்லாத ஓரிடத்தில் ஒரு வில்வ மரத்தைத் தாண்டியபோது அந்த மரத்தில் விசித்திரமாக ஏதோ அசைந்து கொண்டிருந்தது என்று இருவரும் ஒருசேர உணர்ந்தனர். அதை ஆராய மனைவியை நிற்கச் சொல்லிவிட்டு மந்திரவாதி மரத்தை நெருங்கினான். மரத்தை அவன் உற்றுப் பார்க்கப் பார்க்கப் புரிந்தது மரத்தின் மேல் அசைந்து கொண்டிருந்தது பச்சை நிறத் தலையாரி என்று. மந்திரவாதி அவருடன் சிறிது நேரம் பேசிக்கொண்டு நின்றான். அந்த சம்பாஷனணயின் நடுநடுவே பயத்தில் முகம் வெளிறி சில அடிகள் தள்ளி நின்ற அவனது மனைவியைத் திரும்பிப் பார்த்தான் மந்திரவாதி.

பச்சை நிறமான பிறகு தலையாரியால் மனிதர்களின் நடுவே வாழ முடியவில்லை. அவரை அறுத்துத் தின்றால் கிட்டப் பார்வை சரி ஆகும் என்று வேறு ஒரு புரளி ஊரில் பரவியதால் கிட்டப் பார்வை குறையுள்ளவர்கள் திட்டம் தீட்டத் தலைப்பட்டார்கள். மெல்ல மெல்ல அவர் மரங்களுக்குக் குடி பெயரத் தொடங்கினார். ஆடைகளை அவர் துறந்தவுடன் திறந்து கொண்டது விருட்சங்களின் தேசம். மனிதன் என்ற குரங்கு மரத்திலிருந்து இறங்கியதைப் போல் ஒரு பாதகமான முட்டாள்தனம் வேறெதுவுமே இல்லை என்று உணர்ந்து சக்கைப் போடு போட்டுக் கொண்டிருந்தார். இதையெல்லாம் கேட்டுவிட்டு மந்திரவாதி அவனை வாட்டிக்கொண்டிருந்த குற்றவுணர்ச்சியை தூர எறிந்தான். தலையாரி அவரது பச்சைப் படலத்தை விவரிக்கும் பரவசத்தில் காட்டின் நடுவில் இருக்கும் மரகதப் புதையல் ஒன்றைப் பற்றியும் மந்திரவாதியிடம் கூறிவிட்டார். அந்தப் புதையலைக் கூட துச்சமாக நினைத்து, மனித இனத்தின் எந்தவிதச் சிறுமையும்

அண்டாத பெருவாழ்வு வாழ்ந்துகொண்டிருப்பதாகத் தன்னைப் பற்றிப் பீற்றிக் கொள்வதே அவரது நோக்கம்.

மந்திரவாதி தனது மந்திரசக்திக்கு அவனது வாழ்நாளிலேயே உருப்படியான வேலை அன்றுதான் வந்தது என்று புரிந்துகொண்டான். தலையாரியிடம் சில வார்த்தைகள் கூறிவிட்டு அதிர்ச்சியில் இருந்த அவனது மனைவி பக்கம் ராஜ நடையிட்டுச் சென்றான். ஒரு பச்சைக் கூழாங்கல்லை அவளிடம் நீட்டினான். 'என்றைக்கு இப்படி ஆயிரத்தியொரு கூழாங்கற்கள் உனக்குக் கிடைக்கிறதோ அப்போது ஒரு பெரும் புதையலை நீ அடைவாய்' என்று அந்தப் பச்சை தெய்வம் கூறியதாகக் கூசாமல் ஒரு பொய்யை அவளிடம் சொன்னான். தலையாரி வில்வமரத்தின் மேல் அமர்ந்து வாய்தவறிய தனது முட்டாள்தனத்தை நினைத்து, தலையில் அடித்துக் கொண்டு அழுதார்.

'தலையாரி உங்களை மீண்டும் பழைய நிறத்துக்கு என்னால் மாற்ற முடியும். என் மந்திரத்தை மாற்ற என்னால் முடியாதா என்ன? அப்படி நான் செய்யாமல் இருக்கவேண்டுமென்றால் அந்த மரகதக் கற்களின் புதையலுக்கு என்னை இட்டுச் செல்லுங்கள்' என்று கூறிவிட்டு செக்கச் சிவந்த உரோசனை மலர்கள் அடர்ந்த ஒரு தடாகத்தை ஓர் யோசனையின்றி தைரியமாகக் காண்பித்து அந்தச் சிவப்புக்கு அவனே காரணம் என்று புளுகினான் மந்திரவாதி. தலையாரிக்கு பச்சை நிறத்தை தவிர மற்ற எல்லா நிறங்களும் அயலாகத் தெரிந்ததனால் புத்தம் புதியதாகக்காட்சி அளித்தன உரோசனை மலர்கள். மந்திரவாதியிடம் அவர் மாட்டிக்கொண்டுவிட்டதை கதியாக ஒப்புக்கொண்டார்.

பச்சை - இச்சை - ச்சை என்றிருந்தது தலையாரிக்கு.

3. முதலாளிக் குரங்கு

முன்பொரு காலத்தில் ஒரு மந்திரவாதி தன் கால் சிலம்புடன் ஓரளவுக்கு தாராளமான சங்கிலியால் குரங்கு ஒன்றைப் பிணைத்திருந்தான். நல்ல வாட்டசாட்டமான அந்தக் குரங்கு எந்தவொரு பதட்டமுமில்லாமல் அமைதியும் குறும்புமாய் மந்திரவாதியுடன் ஒட்டித் திரிந்தது. பேயோட்டுவதில் கைதேர்ந்தவனான அந்த மந்திரவாதியிடம் பலரும் கேட்ட ஒரே கேள்வி:

'எதற்கு அந்தக் குரங்கை இப்படிச் சங்கிலியிட்டு வைத்திருக்கிறீர்கள்?' என்பதுதான். பேயோட்டுவதில் நிபுணனான மந்திரவாதி பேயோட்டும்போது அந்தக் குரங்கும் ஏதோ ஒரு விதத்தில் பயன்படுகிறதோ என்பதே அவர்களது சந்தேகம். அவர்கள் எத்தனை குடைந்து கேட்டாலும் மந்திரவாதி ஜாடிக்கு மூடியைப் போல் அப்பட்டமாகத்தானே இருக்கிறது என்ற தொனியிலேயே ஒரு பதிலை அலட்டிக் கொள்ளாமல் சொன்னான். 'சங்கிலி போடவில்லையென்றால் அது தப்பித்து ஓடிவிடும்' என்ற அந்த பதில் அவர்களைச் சமாளிக்கப் போதுமானதாக இருந்தது என்பது அவனுக்கு விந்தையாகவும் விஷமமாகவும்பட்டது. இத்தனை அமானுஷ்யமான வேலைகளில் ஈடுபடுபவன் சொல்லும் பதிலில்லையே இது என்று எல்லாரும் சந்தேகத்தையும், சின்னதொரு சச்சரவையும் முகத்தில் நடித்துக் காட்டிவிட்டு, மந்திரவாதியையும் அவனது குரங்கையும்

அவர்கள் போக்கில் விட்டனர். அவன் பேயோட்டுபவன் என்ற பயம் அவனுடைய தனிவெளிக்கு வேலியாக அமைந்தது.

ஒரு முறை மூன்று தம்பிகளுக்குச் சேர வேண்டிய குடும்பச் சொத்தான தோட்டத்தில் ஒரு பேய் அமளிதுமளி செய்து வந்தமையால் மந்திரவாதி அதனை ஓட்ட ஒப்பந்தம் செய்யப்பட்டான். அதற்காக அவன் அந்தத் தோட்டத்திலேயே அமாவாசையிலிருந்து அமாவாசை தங்கப்போவதாகத் தெரிவித்து விட்டு வேலையைத் தொடங்கினான். வித விதமான பழங்கள் கொண்ட அந்தத் தோட்டத்தில் அந்தக் குரங்கு அடைந்த பேரின்பம் சொல்லி மாளாது. மந்திரவாதி மும்முரமாக பேயோட்டும் மாந்திரீகத்தில் ஈடுபட்டு வந்தான். யார் கண்ணுக்கும் தெரியாத சில கதவுகளை அந்தரத்தில் திறந்து மூடி, அங்கிருந்த பேய்க்கு அவனை நெருங்கவும், அந்தத் தோட்டத்தைத் தாண்டி சஞ்சரிக்க வேறு இடங்கள் உள்ளன என்று சபலம் மூட்டவும் வேலை பார்த்து வந்தான் மந்திரவாதி.

பல நாட்கள் தன் சங்கிலி நீளம் கொடுத்த அளவில் அந்தத் தோட்டத்தில் சேட்டை செய்துவந்த குரங்கு, திடீரென ஒரு நள்ளிரவில் மந்திரவாதியை சங்கிலியுடன் தரதரவென்று இழுத்துக்கொண்டு ஒரு மாமரத்தின் எதிரே சென்று நின்றது. வெவ்வேறு விதமான வாய் பகர முடியாத சத்தங்களை எழுப்பியது. எந்த உயிரினத்தினாலும் பேச முடியாத இரட்டைக் குரலில் குரங்கு சரளமாகப் பேசியது. பிறகு அந்த மந்திரவாதியையும் சேர்த்து சங்கிலியைத் தலைக்கு மேல் தூக்கி கவணைப் போல் சுழற்றத் தொடங்கியது. அந்தரத்தில் வட்டம் அடித்துக்கொண்டே முழுத்தோட்டத்தையும் நோட்டமிட்ட மந்திரவாதியின் கண்களுக்கு திடீரென ஒவ்வொரு சுற்றிலும் கொஞ்சம் கொஞ்சமாக நெருங்கிவரும் ஒரு பேய் தெரிந்தது. அவன் கைபிடிக்கும் நெருக்கத்தில் அது வந்தவுடன் அதனை ஒரே பிடியாகப் பிடித்துக்கொண்டு மந்திரவாதி அதனுடன் சுழலத் தொடங்கினான். கண்ணாடியில் முகம் பார்த்து சவரம் செய்யும் தூரம் மந்திரவாதியும் பேயும் நெருங்கிய போது,

அவர்களின் சுழற்சி நின்று அந்தத் தோட்டம் மட்டும் சுழன்று கொண்டிருந்தது.

அதன் சுழற்சி ஏற்படுத்திய காட்சிக் குழப்பம் தெளிவடைய தெளிவடைய வேறொரு சூழ்நிலை மெதுவாக அமையத் தொடங்கியது. அவர்கள் அந்த நொடியில் செய்யவிருந்த காரியத்துக்கு திடீரென மாறினர். சுழற்சி கட்டோடு நின்றிருந்தது. மந்திரவாதியும் பேயும் பல குரங்குகள் சேர்ந்து நடத்திய அடர்ந்த வனத்தின் நடுவில் அமைந்த உணவகத்தில் ஒரு மேஜையில் எதிரெதிராக உட்கார்ந்து சாப்பிட்டுக்கொண்டிருந்தனர்.

'எப்போ தோட்டத்த வுட்டுப் போறதா உத்தேசம்' என்று மந்திரவாதி கேட்க, பேய் வாயில் கோழிக்கறியுடன் முழித்தது. மந்திரவாதி தன் முதலாளியைத் தேடினான். மேஜைக்குக் கீழ் பார்த்தபோது, எப்போதும் போல் அங்கு ஒரு சங்கிலி இருந்தது. அதன் வடத்தில் தனது கால்களைப் பிணைத்துக் கொண்டான் மந்திரவாதி. எங்கேயோ அருகில்தான் அவனது முதலாளியான குரங்கு அந்தச் சங்கிலியால் ஏன் மந்திரவாதியின் கால் கட்டப்பட்டிருக்கிறது என்று இன்னொரு குரங்குக்கு சாக்கு சொல்லிக்கொண்டிருக்கும் என்று மனதைத் தேற்றிக் கொண்டான் மந்திரவாதி.

4. இனி நீதான் நாயகன்

முன்பொரு காலத்தில் ஒரு மந்திரவாதி எங்கெல்லாம் ஒரு கண் வரைகிறானோ அங்கெல்லாம் அந்தக் கண் பார்ப்பதைக் கண்காணிக்கும் சித்தி பெற்றிருந்தான்.

அவன் கண் வரைந்த இடங்கள்

எறும்புப் புத்து

இளவரசியின் குளியலறை

படையின் பாசறை

கஜானா பாதுகாவலனின் கையில் குத்திய பச்சை

மிக மர்மமான ஔடதக் குறிப்பின் வலது ஓர விளிம்பு மடிப்பு

தலைதுண்டிக்கப்படும் தண்டனை பீடம்

கோயில் விக்கிரகத்தின் வலது விழி

இன்னும் பல்லாயிரம் கண்கள்.

ஒரு மனிதனால் இத்தனை கண்கள் இத்தனை இடங்களில் எப்படி வரைய முடியும் என்ற சந்தேகம் அரசு அதிகார அமைப்புகளுக்கு ஏற்பட மந்திரவாதி பாதாளச்சிறை ஒன்றில் சித்திரவதை செய்யப்பட்டான். சித்திரவதை செய்பவர்களைப் பார்த்து, கண்களால் சிரித்துக்கொண்டே இருந்தான் மந்திரவாதி.

எதற்கும் தடுமாறாத மந்திரவாதியின் வைராக்கியத்தை உடைத்தே தீரவேண்டும் என்று முடிவெடுக்கப்பட்டது. கண்கள் வரைபவன் அவனது கண்களை வைத்தே மிரட்டப்பட்டான். சாம தான பேத தண்டத்தின் முடிவில் மன்னனின் ஆணையின்படி மந்திரவாதியின் கண்கள் பொசுக்கப்படும் போது, கனல் சிவந்த இரும்புக்கோலை ஏந்தியவனிடம் 'இனி நீதான் நாயகன்' என்றான் மந்திரவாதி. நாயகன் என்பவன் ஒரு ஒற்றைப் பொய்முகம்தான். நிஜமுகம் என்பது மிகப்பெரிய அரசியல் சூழ்ச்சி. அதை இயக்கும் பேரறிவு ஆயிரக்கணக்கான முகமூடிகளுக்குப் பின் ஒளிந்துகொள்ளப்போகிறது என்று அவன் திட்டம் தீட்டும் சுகத்தில் கண்களை விரித்தபோது மந்திரவாதியின் கண்கள் பொசுக்கப்பட்டன. அவனது லட்சியமான காட்சி மட்டும் மறையாமல் இருந்தது.

௫. தீர்ப்பு

முன்பொரு காலத்தில் ஒரு மந்திரவாதி இரண்டு வேதாளங்களுக்கு நடுவில் பஞ்சாயத்து செய்ய அழைக்கப்பட்டிருந்தான். அந்தப் பஞ்சாயத்துக்கு வீட்டிலிருந்து கிளம்பும்போது குறுக்கே பூனை ஓடியது. கருடன் அவரோகணத்தில் கத்தினான். சூரியனும் பிறையும் சேர்ந்து உச்சிக்கு ஏறுவதைப்போல் ஒரு நிமித்தம். பலா மரம், பாம்படங்கள் பல அணிந்த சூனியக்காரியைப்போல் வெளிப்பட்டது. கால் கட்டை விரல் இடிபட்டு நகம் மடையைப் போல் குருதி திறந்தது. இதையெல்லாம் மீறிப் புறப்பட்டவனை அவன் மகன் வாசலில் மறித்தான்.

'நைனா எந்த வேதாளத்துக்கு சாதகமா தீர்ப்பு சொல்லப் போற?' என்று அதட்டினான்.

'டேய் வேதாளம்லாம் உண்மை கிடையாதுனு எத்தன தரவ சொல்லிருக்கேன்' என்று கண்டித்தான் மந்திரவாதி.

'நேத்திக்கு அதுங்க என் கிட்ட தனித்தனியா வந்து பொலம்பிதுங்க, தீர்ப்பு தனக்கு சாதகமா வரதுதான் சரினு, அதான் நைனா சொன்னேன்' என்றான் மகன்.

இரண்டு வகையான வேதாளங்கள் உள்ளன ஒன்று உதைவேதாளம். இன்னொன்று கதைவேதாளம். தனக்கு முன்

மரத்தில் குடியிருந்த வேதாளத்தை உதைத்துத் துரத்தி மரத்தில் குடியேறுவது உதைவேதாளம். மரத்தின் கதையை ஆதியிலிருந்து அறிந்து வைத்துக்கொண்டு இது என் மரம்தான் என்று கதை ஜோடித்து உரிமை கொண்டாடி முந்தைய வேதாளத்தைத் துரத்துவது கதைவேதாளம்.

ஒரு முருங்கை மரம், ஒரு உதைவேதாளம், ஒரு கதைவேதாளம், கதைவேதாளத்தின் சாட்சியாக பச்சை நிறத்தில் ஒரு ஆள். இதுதான் பஞ்சாயத்து.

௬. நிற்கும் குதிரை

முன்பொரு காலத்தில் ஒரு மந்திரவாதி ஒரு சதுரங்கத்தின் ஆட்டக்காய்கள் அனைத்திலும் தன் பேராசை, கோபம், தவிப்பு, ஏமாற்றம், மோகம் போன்ற இழிவுணர்ச்சிகள் அனைத்தையும் அடைத்து வைக்கும் சித்து வேலையை அறிந்திருந்தான். சதுரங்க ஆட்டத்தில் விழைவுள்ள பெரும் செல்வந்தர்களிடம் மெதுவாக சினேகிதம் பிடித்துக்கொண்டு அவர்களை ஆட்டத்தில் அமர்த்தி அந்த மந்திரக் காய்களைக் கொண்டு விளையாடுவான். ஆட்டத்தின்போது அவர்கள் கொஞ்சம் கண்ணை எடுத்தாலும், அவர்கள் அறியாமல் ஒரு சிறிய நகர்வை தனக்குச் சாதகமாக அவனால் ஏற்படுத்திக்கொள்ள முடியும். ஆனால் அதில் ஒரு பிரச்சினை இருந்தது. அவன் எந்தக் காயில் நகர்வை ஏற்படுத்துகிறானோ அந்தக் காயில் அவன் அதற்கு முன் ஒளித்து வைத்த உணர்ச்சிக்கு உண்டான சம்பவத்தை அவன் மீண்டும் சந்திக்க நேரிடும். பேராசையை யானையில் அடைத்து வைத்திருந்தானென்றால் அந்த யானையை அவனை எதிர்த்து விளையாடுபவர் கண் ஆட்டத்திலிருந்து விலகும் நொடியின் நொடியில் தனக்குச் சாதகமாக நகர்த்திவிடுவான். உடனே அவனது அருகில் பேராசையைத் தூண்டும் பொருளோ அல்லது அவனுள் பேராசையை விதைக்கும் யோசனையோ தோன்றும். அந்த துர் உணர்ச்சியை அவன் அனுபவித்தால்தான் மீண்டும்

அவனால் அதே துர் உணர்ச்சியை அவன் நினைத்த காயில் அடைக்க முடியும்.

ஒரு முத்து வியாபாரி அவனுடன் விளையாடிக் கொண்டிருக்கையில், அசந்த நேரம் பார்த்து அவரது ராணியை ஒரு கறுப்புக் கட்டம் இடம் மாற்றிவிட்டான். அப்போது மதுபானத்துடன் அவர்கள் முன் ஒரு தாம்பாளம் ஏந்தி வந்த முத்து வியாபாரியின் மூன்றாவது மனைவி மீது மந்திரவாதிக்கு பெரும் மோகம் ஏற்பட்டது. அவன் மோகத்தை அடைத்து வைத்த ராணியை நகர்த்தியபோதே அத்தகு சம்பவத்தை எதிர்பார்த்தான்.

அவளது அழகை அவன் கண்களால் புசித்துவிட்டு ஆட்டத்தை மீண்டும் தொடங்குகையில் அந்த ராணி மீண்டும் பழைய இடத்திற்கு மாறியிருந்தது. அடடே முத்து வியாபாரியும் திருட்டாட்டம் ஆடுபவனா! என் கவனத்தை சாமர்த்தியமாகக் கலைத்துவிட்டு ராணியை மீண்டும் பழைய இடத்துக்குக் கொண்டுவந்துவிட்டானே என்று அமரிக்கையாக புன்னகைத்தான் மந்திரவாதி. வியாபாரிக்கு கபடம்தான் இருக்கிறது, கணிதம் இல்லை. இருந்திருந்தால் முதலில் ராணியை நகர்த்தியபோதே அவனுக்குத் தெரிந்திருக்கும் என்று எண்ணியவுடன் மந்திரவாதி சூதின் சுவாரஸ்யத்தை அடைந்தான். ஆட்டம் ஆட நினைப்பவனுடன்தான் சூதாட முடியும்.

வியாபாரியிடம் மந்திரவாதி 'சரி ஒரு பந்தயம், ஜெயிப்பவர்க்கு நூறு குதிரைகள் தோற்பவர்கள் கொடுக்க வேண்டும்' என்றான். 'அதற்கென்ன?' என்று உற்சாகமாகச் சிரித்துவிட்டு தன் மனைவியிடம் கொறிக்கக் கொஞ்சம் நொறுக்குத் தீனிகள் எடுத்து வரச்சொன்னார் வியாபாரி. அந்தப் பெண்ணின் மீது அவனுக்கு இருந்த மோகத்தை எந்தக் காயிலும் அடைக்காமல், நூறு குதிரைகள் மேல் தனக்கிருந்த பேராசையை நிற்கும் குதிரையின் மேல் புதைத்தான் மந்திரவாதி.

7. பிதா

முன்பொரு காலத்தில் ஒரு மந்திரவாதி மொழியைத் தலைகீழ் செய்யும் சித்தி அடைந்திருந்தான். உதாரணமாக அவன் என்றைக்காவது மழைக்காக ஏதாவது ஒரு கூரைக்குக் கீழ் ஒதுங்கும்போது 'நான் மழைக்கு ஒதுங்கினேன்' என்று அவன் தன்னுடைய நிலவரமான உண்மையை உணரும்போது, அவனால் அதைத் தலைகீழ் செய்ய முடிந்தது. உடனே மழை அவனுக்கு ஒதுங்கிவிடும். ஒரு துளி மழைகூட அவன்மேல் படாமல் நனையாமல் வீடு போய்ச் சேர்ந்து விடுவான். ஆனால் ஒரு சின்ன தகிடுதத்தோம் அதில் இருந்தது. மொழியால் உண்மையை உணர்ந்தபோதுதான் அவனால் அந்த மந்திரசக்தியை நினைத்த நோக்கத்தில் பயன்படுத்த முடிந்தது. மழை பெய்யாத போது 'நான் மழைக்கு ஒதுங்கினேன்' என்றால் அவன் மனம், மழை பெய்யாதிருந்த இடத்திலிருந்து, மழை பெய்யும் இடத்திற்கு அவனே சென்றுவிட்டதாகப் புரிந்து கொண்டது. மந்திரம் செய்த தலைகீழில் எங்கேயோ பெய்து கொண்டிருந்த பெரும் மழை அவன் இருக்கும் இடத்தை தேடி வந்துவிடும். ஆகவே அவன் மொழயில் தனக்கு சாதகமான தருணங்களைத் தேடிக்கொண்டேயிருந்தான். அதனால் கதை மற்றும் கவிதைகள் மீதும் புரளிகள் மீதும் கடும் வன்மம் கொண்டிருந்தான்.

அவன் தந்தை இறந்ததற்கு அடுத்த வருடம் ஒரு வைதீகரைத் தந்தையின் முதலாமாண்டு தவசத்திற்காக அணுகினான். இந்த வைதீகர்களெல்லாம் இப்படி ஒரு மந்திரஜாலமும் நிகழாமலேயே நாளெல்லாம் மந்திரம் சொல்கிறார்களே என்று அவனுக்கு ஒரு கேலி.

மந்திரம் ஏது மொழியில்! மொழி அல்பமான அர்த்தம் அல்லவா! அந்த பிராமணரிடம் 'என் தந்தைக்கு தவசம் செய்ய வேண்டும்' என்றான். உடனே அதனை 'தவசத்திற்கு ஒரு தந்தை செய்ய வேண்டும்' என்று மனதில் மந்திரத்தால் தலைகீழ் ஆக்கினான். அவனது தந்தை ஒரு மகா மட்டமான தற்குறி - மனிதப் புழு. சித்திரவதையில் சுகம் காணும் அயோக்கியன். நியாயமாக அவனது மரணத்தை வருடாவருடம் வெடிவெடித்துக் கொண்டாட வேண்டும்.

இப்போது மந்திரம் எல்லாவற்றையும் தலைகீழ் ஆக்கியது. அவனது மொத்த வாழ்க்கைக் கதையும் ஒரு நொடியில் மாறிவிட்டது. தனது வம்சம் நன்மையின் அருவி என்று பறைசாற்றும் வகையில் வாழ்ந்த, பிள்ளையைச் சான்றோரவையில் பண்டிதனாக நிற்க வைத்த, ஆழ்ந்த துக்கம் கொடுத்து அமரரான ஒரு தந்தை, அவரது நினைவுகள், அன்பின் அழகான தருணங்கள் எல்லாம் மந்திரவாதிக்கு அவன் தந்தையுடன் சேர்ந்து செலவழித்த வாழ்க்கையின் கதையாகக் கிட்டின. அவன் மந்திரவாதி என்ற தன் கதாபாத்திரத்தை இழந்து விட்டான். அந்த மந்திரசக்தியும் அவனை விட்டு நீங்கியது.

தற்போதைய வாழ்க்கையில் ஓர் அமைச்சனின் அல்லக்கைகளில் அவனும் ஒருவன். கிட்டத்தட்ட கணக்குப்பிள்ளை. மந்திரம் ஒப்பிப்பதில் கில்லாடி என்று பெயரெடுத்திருந்த, அதிகமாக தட்சணை வாங்கக்கூடிய ஐயரொருவரிடம் தவசக் காரியங்களைப் பற்றி விசாரித்துக் கொண்டிருந்தான்.

8. லதாங்கி தாங்காமல்

முன்பொரு காலத்தில் ஒரு மந்திரவாதி ஒரு வீணை வித்வானிடம் நட்பு பாராட்டி வந்தான். வீணை வித்வான் தினமும் பிரத்தியேகமாக ஏதோவொரு ராகத்தை மட்டும்தான் காலையிலிருந்து இரவு வரை வாசிப்பார். 'ஒரு நாள் ஒரு ராகம்' என்ற அவரது கண்டிப்பு அவரது வாழ்நாட்கள் ஒவ்வொன்றுக்கும் தனி அழகு சேர்த்தது என்று அவர் நம்பினார்.

அவருக்குத் திருமணமான முகூர்த்த நாளன்று வீணை வாசிப்பதற்கு அந்த முழு நாளில் ஐந்து நிமிடங்கள்தான் கிடைத்தன. அந்த ஐந்து நிமிடங்களில் கேதாரம் வாசித்துவிட்டு அந்த நாளின் சங்கீதக் கணக்கை மூட்டை கட்டினார். அதிலிருந்து என்றெல்லாம் அவர் மனைவியுடன் சச்சரவு ஏற்படுகிறதோ அதற்கு அடுத்த நாள் கேதாரம் வாசித்து அவரால் மணநாளின் மனோபாவத்துக்குப் போக முடிந்தது. எந்த கர்வமுமின்றி புதியதாய் உண்டாகும் வாழ்க்கையின் எதிர்பார்ப்பை மீண்டும் அனுபவித்து அவரது மனைவியுடன் காமமும் காதலும் கலந்தொழுக ராசி ஆனார். தனது வாழ்க்கையை வீணை வாசிப்பின் மூலம் அழகாக அவர் அமைத்துக் கொண்டாலும் அவரது 'ஒரு நாள் ஒரு ராகம்' என்ற நிபந்தனை கச்சேரிக்கு லாயக்கு இல்லாத ஆளாக அவரை வைத்திருந்தது. அவரது வாசிப்பை வீட்டுக்கே வந்து ரசித்து அந்த நாளின் ராகத்தைக் காதுகளில் நிரப்பிக் கொண்டு

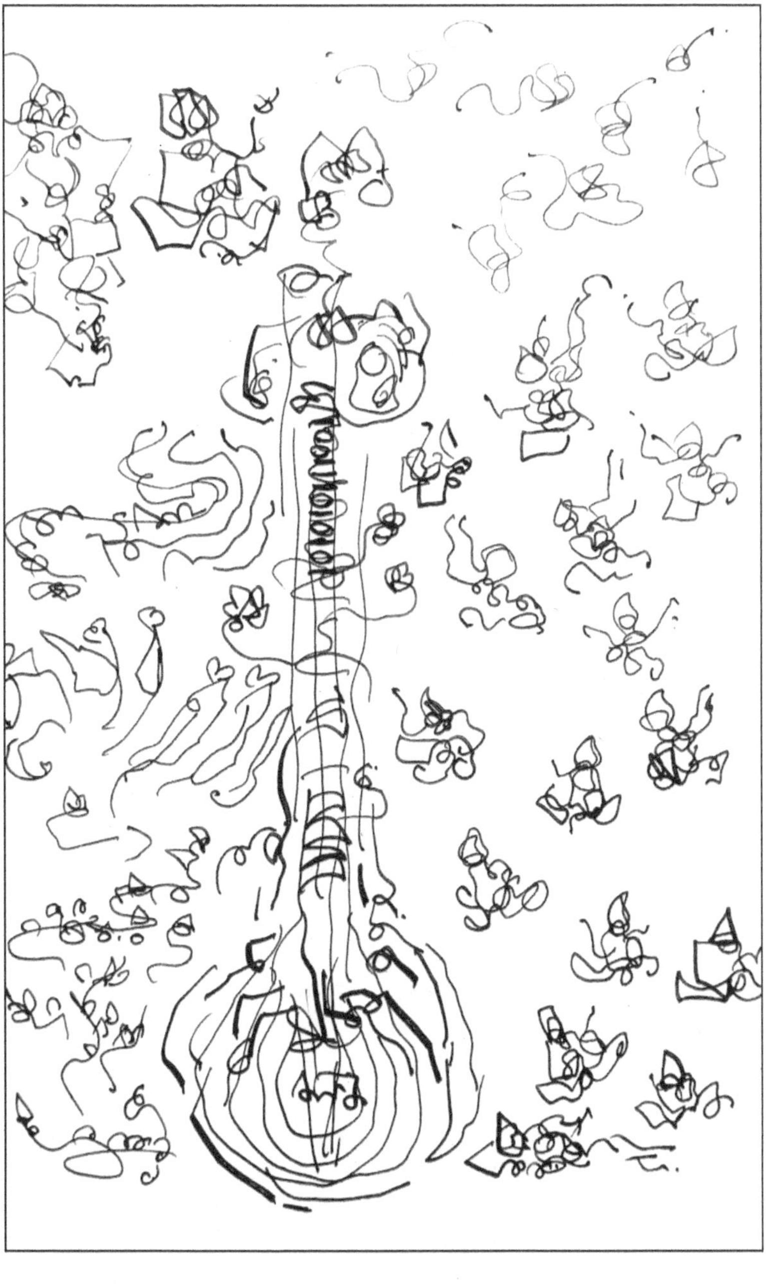

போன அபிமானிகள் கொடுத்த தட்சணையில்தான் அவரது பிழைப்பு நடந்து கொண்டிருந்தது. அவருடைய விசிறிகள் அனைவரும் சிரமேற்கொண்ட கடமையாக அவருக்கு ஏதாவது பொருளுதவி செய்துவந்தனர். மந்திரவாதி அவருக்கு எந்தப் பொருளுதவியும் செய்ததில்லை என்ற மனக்குறை அவருக்கிருந்தது. தன் இசையை அவன் ரசிக்கவில்லையோ என்ற பொருள்பட இதை அவனிடமே கேட்டும் விட்டார்.

தர்மசங்கடம் அடைந்த மந்திரவாதி, அவரிடம் முன்கூறியதைப் போல தானொரு பருப்பு வியாபாரி அல்ல என்றும் உண்மையாக தான் ஒரு மந்திரவாதி என்றும் ஒப்புக்கொண்டான். மாதாமாதம் வீட்டிற்குத் தேவையான பருப்பு வகைகளை அவனிடமிருந்து வாங்கிக்கொள்ளலாம் என்று தான் நினைத்ததாகவும், இனி அது இயலாதே என்றும் உண்மை தெரிந்தவுடன் வித்வான் வருத்தப்பட்டார். இருக்கட்டும் என்று சமாதானம் அடைந்து மந்திரவாதியை ஏதாவது மாயாஜாலமாவது செய்து காட்டச் சொன்னார். அவருடைய தோட்டத்தைப் பார்த்து மந்திரம் ஒன்று சொன்னான் மந்திரவாதி. அன்று அவர் பந்துவராளி என்ற ராகத்தின் நாளென்று முடிவுகட்டி காலை எழுந்ததிலிருந்து அந்த ராகத்தின் சஞ்சாரத்திலேயே நாளை ஓட்டி வந்தார். தோட்டத்தின் மீது மந்திரத்தை எய்துவிட்ட மந்திரவாதி அந்த மந்திரஜாலத்தைக் காண வேண்டுமென்றால் உடனே லதாங்கி ராகம் வாசிக்குமாறு ஆணையிட்டான். அந்த நிமிடத்தின் அதிர்ச்சியில் தனது கோட்பாட்டை மறந்துவிட்டு பந்துவராளியை விரல்விட்டு லதாங்கியில் ஒரு தானம் வாசிக்கத் தொடங்கினார் வித்வான்.

அவர் வாசிக்க வாசிக்க அவரது தோட்டம் அதற்கு ஏற்றவாறு ஆடத்தொடங்கியது. வண்ண வண்ணப் பூக்கள் பூக்கத் தொடங்கின. அவர் பேராசையுடன் வேறு வேறு ராகங்களுக்குத் தாவத் தாவ வினோதமான நிறங்களிலும் வடிவத்திலும் அவர் வாழ்நாளிலேயே கண்டிராத பூக்கள் அவரது தோட்டமெல்லாம் பூத்துப் பரவின. வித்வான் இயற்கையை அசைக்கும் பேரானந்தத்தில் அத்தனை மேலகர்த்தா ராகங்களுக்கும் நிமிடத்துக்கு நிமிடம் மாறினார். தோட்டமும் அந்த ராகங்களுக்கும் அவரது வாசிப்புக்கும் ஏற்றாற்போல்

வனப்பிலும் அழகிலும் மாறியது. அன்று நாளெல்லாம் அவரது வீட்டில் நூற்றுக்கணக்கான ராகங்கள் ஒலித்தன.

வித்வான் ‘ஒரு நாள் ஒரு ராகம்’ என்ற உறுதியை கைவிட்டுவிட்டார் என்று கேள்விப்பட்டு ஊரின் பெரும் புள்ளிகள் அனைவரும் அவரது வீட்டில் குவியத் தொடங்கினர். வாசிக்க வாசிக்க ஏன் வித்வான் தோட்டத்தைப் பித்துப் பிடித்தாற்போல் பார்த்துக்கொண்டிருந்தார் என்று மட்டும் அவரது இல்லத்தில் திரண்ட கூட்டத்துக்குப் புரியவில்லை.

மந்திரவாதி அந்த மந்திரம் அவர் கண்களுக்கு மட்டும் பிரத்யேகமானது மற்றவர்களுக்குத் அந்த தோட்டம் இசையால் மாறுவது தெரியாது என்று சொல்ல மறந்துவிட்டான். அவனிடம் இரண்டு விதமான மந்திரங்கள்தான் இருந்தன. ஒன்று தனிமனிதர்களுக்கு மட்டும் பயன்படுவன. இன்னொரு வகை எல்லா மனிதர்களையும் பாதிப்பன. அதிலும் அனைத்து மந்திரங்களும் அவனிடத்தில் ஜோடியாகவும் இல்லை. அவனிடம் ஒரு ஆள் மீது மட்டும் மழை பொழிய வைக்கும் மந்திரம் இருந்தது, மற்றவர்கள் அதைப் பார்க்கும்போது நீரில் நனைவதைப் போல் ஒருவன் நடித்துக்கொண்டிருப்பதுதான் அவர்கள் கண்ணுக்குத் தெரியும்.

நாள் முடிவில் வாசித்து வாசித்துக் களைத்திருந்த வித்வான் பெரும் பிரபலம் அடைந்திருந்தார். ஒரு மாதத்திற்குப் பிறகு அந்த ஊருக்குத் திரும்பிய மந்திரவாதி, சபைகளில் வித்வான் கச்சேரி செய்ய ஆரம்பித்துவிட்டார் என்று கேள்விப்பட்டான். ஒரே கச்சேரியில் நூறு ராகங்கள் வாசிப்பதுதான் அவரது சிறப்பு என்றும் அவரது புகழ் அவனுக்குத் தெரிவித்தது. அவரது புது மாளிகைக்கு அவரைச் சென்று சந்தித்தான் மந்திரவாதி. அவனை ஆலிங்கனம் செய்து விருந்தளித்து உபசாரமெல்லாம் முடிந்து வெற்றிலை போடும்போது வித்வான் மந்திரவாதியை அவரை அத்தனை நாட்களாக சுவாரசியப் படுத்திக்கொண்டிருந்த பெரும் கேள்வியைக் கேட்டார்.

‘லதாங்கில் அப்படி என்ன மந்திரஜாலம் இருக்குனு அன்னிக்கு என்ன வாசிக்கச் சொன்னீங்க?’

மந்திரவாதி அலட்டிக் கொள்ளாமல் பதிலளித்தான்.

‘அன்னிக்கு நான் வந்த போது அந்த ராகத்ததான வாசிச்சிட்டு இருந்தீங்க, ஒரு நாள் ஒரு ராகம்தான நீங்க வாசிப்பீங்க, அதான் அதையே நானும் வாசிக்கச் சொன்னேன்.’

சங்கீதத்தில் தொடல் கிள்ளல் புரியாத மந்திரவாதியின் வார்த்தைகளைக் கேட்டு, ‘ஒரு நாள் ஒரு ராகம்’ உறுதியைக் கைவிட்டதால், அவரது நினைவுகளின் ராக சேகரம் அனைத்தையும் இழந்துவிட்டதை எண்ணி அடிமனதிலிருந்து வருத்தப்பட்டார் வீணை வித்வான். கடந்த ஒரு மாதமாக கேதாரம் வேலை செய்வதை நிறுத்தியதிலிருந்து அவரது திருமண வாழ்க்கை சேதாரம் அடையத் தொடங்கி இருந்தது.

தனிநபருக்கு மட்டும் - அனைவருக்கும் என்று இரண்டு வகை மந்திரங்கள் அவனிடத்தில் இருப்பதாக அடுத்துப் பெருமைப்பட்டுக் கொண்டான் மந்திரவாதி. தன் மேல் போட்டது எந்த வகை என்று கோபமாக வினவினார். அவருக்கு பெரும் பொருளுதவி செய்துவிட்டோம் என்று காட்டிக் கொள்ள இரண்டாவது வகை என்று சொல்லிவிட்டு அங்கிருந்து நழுவினான் மந்திரவாதி.

௯. ஜன்னல் பேய்

முன்பொரு காலத்தில் ஒரு மந்திரவாதி ஜன்னல் பேய் ஒன்றை ஓயாமல் துரத்திக்கொண்டிருந்தான். அது மிக விசித்திரமான ஒரு பேய்! எந்த வீட்டைப் பிடிக்கிறதோ அந்த வீட்டின் ஜன்னலாக மாறி நிஜ ஜன்னலின் மேல் படுத்துவிடும். பின்பு அந்த வீட்டார் ஜன்னல் வழியே என்னெல்லாம் பார்க்கிறார்களோ, அதெல்லாம் அந்தப் பேய் காட்டும் பிரமைகளே.

மந்திரவாதி அப்போது ஒரு பதினாறு வயது இளைஞன். ஒரு நாள் அவனை தேவதை போன்ற பெண் சைகை காண்பித்து சரசம் கொள்ள அழைப்பதைத் தனது ஜன்னலின் வழியே கண்டான். தபதபவென வெளியே ஓடினான். ஆனால் அங்கு அவளில்லை! இதே சம்பவம் நாள் தவறாமல் தொடர்ந்து சில மாதங்கள் தினமும் நடந்தது.

இதனிடையே ஒரு நாள் கற்பூரம் எரிவதைப் பார்த்து அவனுக்குள் பெரும் மயக்கம் ஏற்பட்டது. நிலவொளியில் அவனும் கற்பூரத்தைப் போல் தகிப்பதாக உணர்ந்தான். அன்றும் அந்த ஜன்னலின் வழியே பார்த்தால் அவள் நின்று கொண்டிருந்தாள். அவனைச் சைகை காட்டி விரகத்தோடு அழைத்தாள். தன் கட்டை விரலையும் ஆள்காட்டி விரலையும் கிள்ளுவதைப் போல் சேர்த்துத் தன்னால் ஒரேயொரு கடுகை விரல்களின் நுனிப்பிடியால் எடுக்க முடியும் என்று ஊர்ஜிதம்

செய்து கொண்டு ஜன்னல் வழியே தெரியும் அந்த தேவதையின் உருவத்தை ஒரு சித்திரமெனக் கருதி அவள் கழுத்தை ஒரே கிள்ளாகப் பிடித்தான். பேய் மாட்டிக்கொண்டது. சிலந்தி வலையைப்போன்ற நீர்த்துணி ஒன்றை ஜன்னலிலிருந்து பிரித்தெடுத்தான். பேய் அவன் கையில் சிக்கிக்கொண்டு கதறியது. தன்னை தயவுசெய்து விட்டுவிடுமாறு கெஞ்சியது. அதனிடம் ஒரு குறிப்பிட்ட மந்திரசக்தியை அடையும் வழியை அதன் உயிருக்கு பதிலாக பேரம் பேசினான். சாளரத்தின் பேய் சாவிற்கு அஞ்சி அந்த வழியைச் சொல்லியது. தனது முதல் மந்திர சக்தியை அடைந்தவன் ஜன்னல் பேயை விடுவித்து மந்திரவாதி ஆனான். ஜன்னல் பேயை வாழ்நாளெல்லாம் துரத்துவது மட்டுமே தான் மிகப்பெரிய மந்திரவாதியாகும் பாதையெனப் புரிந்துகொண்டான்.

அன்றிலிருந்து அந்தப் பேயைத் துரத்தும் நோக்கத்திலேயே அவன் இருந்ததால் எந்த ஜன்னலில் தெரியும் சித்திரத்தையும் அதன் மறுபக்கத்திலிருந்து தெரிகிறது என்று நம்ப மறுத்தான். பதினாறு வயதில் மந்திரவாதியானவனுக்கு, அந்த ஜன்னல் பேய் தன் கண்களின் மீது படுத்துக்கொண்டு தன் பார்வையையே ஆள்கிறதோ என்கிற ஒரு பெரும் சந்தேகம் பித்தாய் பிடித்துக்கொண்டு வாட்டியது. அந்தச் சந்தேகத்தைத் தீர்க்கும் மை ஒன்று உள்ளது என்று கேள்விப்பட்டு அதற்காக காடு மலை என்று அலைந்தான் மந்திரவாதி. அத்தகு அலைதல் ஒன்றின்போது ஒரு மூலிகையின் வாசனை அவனை ஒரு வனத்துக்கு அழைத்துச் சென்றது. அங்கிருக்கும் முட்செடிகள் ஒன்றை ஒன்று வெட்டி வீழ்த்திக்கொண்டிருந்தன. அவன் கண்முன் நிகழ்வது போல் அந்த முற்செடிகள் ஒன்றையொன்று தொடர்ந்து வெட்டி வீழ்த்துவது உண்மையென்றால் ஏதோ ஒரு தருணத்தில் அத்தனை செடிகளும் இறந்திருக்க வேண்டுமே இந்தச் செடிகளோ வனமாகச் செழித்தல்லவா கிடக்கின்றன என்று ஒரு திகில் அவனுள் தோன்றியது. தான் பார்ப்பவற்றில் எது உண்மை எது பொய் என்று தெரிந்துகொள்ள அந்த மையை எப்படியும் கண்டுபிடித்தே தீர்வது என்று சபதம் எடுத்தான் மந்திரவாதி. பிற்காலத்தில் ஒரு நாள் அந்த செடிகள் ஒன்றை ஒன்று வெட்டி வீழ்த்தியும் அத்தனை

செடிகளும் இறக்காதது எப்படி என்று ஒரு தூண் கொண்ட திண்ணையில் புரிந்துகொண்டான் மந்திரவாதி. ஒன்றை ஒன்று வெட்டி வீழ்த்திக்கொண்டே சென்ற செடிகள் அனைத்தும் உயிருக்கு அஞ்சுவன உயிரை கொல்பன என்ற இருமையை அடைந்தவுடன் அவற்றில் நல்லவைகளும் தீயவைகளும் தோன்றின. பின்னர் நல்லவைகள் தீயவைகளாக மாறின, தீயவைகள் நல்லவைகளாக மாறின, இந்த மாற்றத்தின் சுழற்சி நிகழ்ந்துகொண்டே இருந்தது அந்த வனத்தில். அவனது கண்களின் மீதே அந்தப் பேய் படுத்திருந்தாலும் அவனது பார்வையின் மீது சந்தேகம் கொள்ளத் தேவையில்லாத ஞானத்தை அன்றே அடைந்தான் மந்திரவாதி. சத்தியமானது மாற்றம் அடையாது, மாற்றம் அடைவது சத்தியமாகாது. மாற்றத்தின் மயக்கத் தோற்றமே மந்திரஜாலம். அது பார்வை முழுவதையும் என்றுமே வியாபித்தே இருக்கிறது என்று ஒரு வீடடைந்து விடுதலை அடைந்தான் மந்திரவாதி.

10. சாகாவரம்

முன்பொரு காலத்தில் ஒரு மந்திரவாதி தியானத்தில் இருந்தபோது அவனது பக்கத்து வீட்டில் ஒரு தவில்காரர் மிக ஆக்ரோஷமாக தனியாவர்த்தனம் செய்துகொண்டிருந்தார்.

தியானம் கலையாமல் இருக்கும் அமைதிதான் உண்மையான தியானமா? அல்லது அமைதியான இடத்தில் செய்து பழகவேண்டியதுதான் உண்மையான தியானமா? என்று மந்திரவாதிக்கு சந்தேகம் வந்தது. எண்ணம் எழுந்துவிட்டாலே தியானக் கலைவா? அல்லது ஆசனத்திலிருந்து எழுவதுதான் தியானக் கலைவா? என்றும் சந்தேகம் வந்தது. அவனிடத்தில் இருவகையான மந்திரங்கள் நாவூரின. ஒன்று தனி மனிதர்களுக்கானது. இன்னொன்று அனைத்துக்குமானது.

தனிமனிதர்களின் கற்பனைதானே இந்தப் பிரபஞ்சமே. இந்தக் கற்பனையைத் தங்களுடையது என்று அவர்கள் ஒத்துக் கொள்ளாமல் இருப்பதற்குத்தானே துன்பம் என்று ஒன்று வாழ்க்கையில் உள்ளது. தனது கற்பனையில் தானே எவனாவது துன்பப்படுவானா. அகம், புறம், அந்தரங்கம், பகிரங்கம் என்று இரு லோகங்களைப்போல் உள்ளமும் வெளியின் வெள்ளமும் உள்ளன. அதைப் போல்தான் தன்னிடத்தில் இருவகையான மந்திரங்கள் உள்ளனவா என்று அவனுக்கு ஒரு சந்தேகம்.

அவன் அருகில் வைத்திருந்த மந்திரக்கோலை ஒரு கையால் எடுத்து தியானத்திலிருந்தபடியே மந்திரத்தைச்

சொல்லியிருந்தால் அந்தத் தவிலே பஞ்சடைத்தது போன்று மெத்தென மாறியிருக்கும்.

ஆனால் அத்தகைய அதிர்ச்சி கொடுக்குமளவுக்கு இது இக்கட்டான சூழ்நிலையா என்றும் ஒரு சந்தேகம் தோன்றியது. இந்த உலகம் மாயமானது என்ற நிரூபணத்தின் உச்சநிலைகளை தினமும் அனுபவிக்கும் மந்திரவாதியான தனக்கு எதற்கு இந்த தியானம் தேவைப்படுகிறது என்றுமொரு சந்தேகம்.

அரைமணி நேரமாக தவில் சத்தம் நின்றிருந்தது. தியானத்தின் ஆழத்தில் நிசப்தத்திற்குள் நுழைந்துவிட்டேனா அல்லது தவில் சத்தம் உண்மையிலேயே நின்றுவிட்டதா என்றொரு சந்தேகம்.

கண் திறக்காத அவனது எதிரில் எவனோ உட்கார்வதைப் போல் இருந்தது. உட்கார்ந்தவன் ஒரு தவிலை அடித்து வாசிக்க ஆரம்பித்தான். வானமாய் இடித்த அந்த இசையால் தவிலைப் போல் மந்திரவாதியின் செவிப்பறைகள் இடதுசெவி மோதிர அடியும் வலதுசெவி குச்சி அடியும் வாங்கின. நிறுத்த முடியாத லயத்தில் லயிக்க முடியாமல் கண்களைத் திறந்தான் மந்திரவாதி. எதிரில் எவருமில்லை என்ற தகவல் தெரிந்ததும் சட்டென இறந்தது தவில் நடை.

தியானத்தை ஏரக்கட்டிவிட்டு பக்கத்து வீடுவரை சென்றான் மந்திரவாதி. அங்கு திண்ணையில் உட்கார்ந்து தவில்காரர் வின்யாஸம் செய்துகொண்டிருந்தார். மந்திரவாதி ஒரு மந்திரம் சொன்னான். அவரது கையிலிருக்கும் குச்சி, விரலின் மோதிரங்கள், அவரது தவில் என அத்தனையும் மறைந்தன. வாசித்துக்கொண்டிருக்கிறோம் என்ற பிரமை மட்டும் அவருக்கு மிச்சமிருந்தது. அவர் ஏதோ தடை நீங்கியதைப் போல் அசகாய சாதகத்துக்கு மாறி வெறிகொண்டு வாசிக்க ஆரம்பித்தார். அவரது உடலிலிருந்து விசை வருகிறதா, அல்லது புறத்தின் ஒரு சக்தியால் இயக்கப்படுகிறாரா என்று மீண்டுமொரு சந்தேகம் உதித்தது மந்திரவாதிக்கு. அவன் பல காலமாய் தேடிக்கொண்டிருந்த சித்து வேலை அதுதான். அகத்திலிருந்து ஒரு வடம் புறத்திலிருந்து ஒரு வடம் அப்படிக் கடையப்படுவதே உயிரை வற்றவிடாத அமிர்தம் என்று ஒரு சமன்பாடை நிறுவினான். இல்லாத தவிலில் லயத்தை

அனுபவித்த தவில்காரரைப் போல் வீடு திரும்பி ஒரு காலி பாத்திரத்திற்குள் கையைத் துழாவி கொஞ்சம் அமிர்தம் எடுத்து உண்டு சாகாவரம் அடைந்தான்.

சாகாவரம் அடைந்தவுடன் அது அந்த நேரத்துக்கு மட்டும்தானா அல்லது என்றுமே உயிர் போகாத சாகாவரம் கிடைத்துவிட்டதா என்று ஒரு சந்தேகம் அவனுக்கு ஏற்பட்டது. அவன் எத்தனை கோடி வருடங்கள் வாழ்ந்து முடித்தாலும் அதற்கு அடுத்த நொடியே இறந்துபோனால் அது நிச்சயம் சாகாவரம் கிடையாது. எப்படி ஊர்ஜிதம் செய்துகொள்வது என்று ஒரு சந்தேகம். அந்த சந்தேகத்தைத் தீர்ப்பதைப் பின்பு பார்த்துக்கொள்ளலாம் என்று தவில்காரர் மீது அவன் போட்ட மந்திரத்தைத் திரும்பப் பெற்றான் மந்திரவாதி. அந்த மந்திரம் தனி மனிதர்களுக்கான மந்திரம். அவனது சாகாவரமும் அப்படிப்பட்டதா என்று ஒரு சந்தேகம் உடனே தோன்றியது மந்திரவாதிக்கு.

11. நல்லபாம்பு

முன்பொரு காலத்தில் ஒரு மந்திரவாதி பணம் வாங்கிக்கொண்டு ஒரு நல்லபாம்புடன் கூடுவிட்டுக் கூடு பாய்ந்து, அவனை ஒப்பந்தம் செய்தவர்கள் யாரைக் கொலைசெய்யச் சொல்கிறார்களோ அவர்களைக் கொத்திக் கொன்று தன் வருமானத்தை ஈட்டி வந்தான். அதனைவிடப் பெரிய மந்திரசக்தி ஒன்றுக்கு அதுவே படிக்கல். எந்தப் பொருளின் இடத்துக்குத் தானும் தன் இடத்துக்கு அந்தப் பொருளும் மாறும் மந்திர சக்தியை அடைவதற்கான ஒத்திகையே இந்தக் கூடுவிட்டுக் கூடுபாயும் வித்தை.

பாம்புடன் கூடு மாறிய நேரங்களில் அவனது கூட்டினுள் நல்லபாம்பு குடியிருந்தது. ஒரு அறையை உட்பக்கம் தாழிட்டு, உள்ளிருந்து எவ்வளவு முறை கதவைத் தட்டினாலும் யாரும் கதவைத் திறக்கக்கூடாது என்று குடும்பத்தாரிடம் கட்டளையிட்ட பிறகே கூடுவிட்டுக் கூடு மாறுவான். அவனது உடலிற்குள் நுழைந்த பாம்பு அவன் மீண்டும் கூடு திரும்பும் வரை யாதெனப் புரியாமல் அந்த அறையிலேயே அவனது ரூபத்தில் அலைந்துகொண்டிருந்தது. அந்த அறையின் ஜன்னல் கம்பிகளுக்குள் ஏன் தன்னால் புக முடியவில்லை என்று அந்தப் பாம்பு பல நாட்கள் யோசித்தது. ஏன் திடீரென நாம் இந்த இயல்பான சக்தியை இழக்கிறோம் என்று மனித நாக்கை

வெளியே தள்ளித் தள்ளி உள்ளிழுத்தது. தன் மூளையில் ஏன் எதையும் கொத்தாத போதே பல மனிதர்களைக் கொத்தும் பிரமை ஏற்பட்டுக்கொண்டே இருக்கிறது? தன் பல்லில் இருக்கும் விடம் ஏன் குறைகிறது? என்றெல்லாம் அந்த நல்லபாம்பு யோசித்தது என்று மந்திரவாதி அதன் உடம்பிற்குள் புகும் போதெல்லாம் உணர்ந்தான்.

ஒரு நாள் இனியும் இந்தக் கொலைத்தொழிலில் ஈடுபடக்கூடாது என்று முடிவுகட்டி அந்தப் பாம்பை ஒரு வாழைத்தோப்பில் அவிழ்த்து விட்டான் மந்திரவாதி. அது பல நாள் பறிக்கப்பட்ட சுதந்திரத்தை நுகர்ந்துகொண்டு வாழைத்தோப்பெல்லாம் நெளிந்தலைந்தது. நாக்கை நீட்டி 'ஸ்ஸ்ஸ்' என்று அது சத்தம் எழுப்பும்போது பூமி தான் ஒளித்து வைத்திருந்த எலிகளைக் கொப்பளித்தது. மந்திரவாதியின் உடலில் வாழ்ந்தமை தனக்கும் சில மந்திரசக்திகளை பாலித்திருக்கலாம் என்று நம்பி ஒரு மலையுச்சியை நோக்கி விரைந்தது நல்லபாம்பு.

வானத்தில் வட்டமடித்துக் கொண்டிருந்த கழுகுக்கூட்டத்தின் தலைவன் பாம்பை கண்டவுடன் அதனைப் பிடிக்கப் பாய்ந்தான். அவன் பறந்து விரைவதை உணர்ந்து 'ஸ்ஸ்ஸ்' என்று மந்திரத்தை ஜபிக்க கழுகுடன் கூடு மாறியது பாம்பு. பின்பு கழுகுக்கூட்டத்துடன் மாளாத இன்பக் களிப்பில் வானத்தைப் புகைப் படிக்கட்டுகளைப் போல் வட்டமடித்தது. 'அங்கே பாருங்கள் ஒரு நல்ல பாம்பு' என்று படமெடுத்தபடி திகைத்துக்கிடந்த தன் உடலை கழுகுக்கூட்டத்திடம் காண்பித்தது நல்லபாம்பு.

நல்லபாம்பின் உடலிலிருந்த கழுகு, பாம்பின் உடலிலிருந்ததால் கழுகுகளிடமிருந்து தப்பிக்கும் கலை தனக்கு அத்துப்படி என்று உணர்ந்து 'ஸ்ஸ்ஸ்' என்று பூரித்தது. ஒரு விளையாட்டின் இரு பக்கங்களிலும் விளையாடிப் பார்க்கும் அதீத குறும்பில் பாம்பின் உடலிலிருந்த கழுகு இழுக்கப்பட்ட சவுக்கைப் போல் தனது எண்ணற்ற கால்களில் ஓட்டம் எடுத்தது.

இதையெல்லாம் பார்த்துக் கொண்டிருந்த ஒரு செல்வந்தன், ஒரே பிறவிக்குள் எத்தனை எத்தனை முறைகள் பிறக்கிறோம் இறக்கிறோம் என்று நினைத்துப் பூரித்தான். அப்போது அவனது

வீட்டிலிருந்த கஜானா அறைக்குள் மந்திரவாதி இருந்தான். செல்வந்தனுடன் இடம் மாறும்போதே தன்னுடைய இயல்பை அவனும் அவனுடைய இயல்பை தானும் புரிந்துகொள்வோம் என்று ஊகித்திருந்தான் மந்திரவாதி.

ஒரு செல்வந்தன் எப்படி புதையல் என கொட்டிக் கிடக்கும் செல்வத்தைப் பார்ப்பான் என்று உணர்ந்த மந்திரவாதிக்கு விரக்தியாக இருந்தது, ஒரு மந்திரவாதி எப்படி ஒரு மலையுச்சியிலிருந்து ஒரு வனத்தைப் பார்ப்பான் என்று உணர்ந்த செல்வந்தன் பிரம்மாண்டத்தை சிக்கெனப் பிடித்தான்.

அடுத்த நாள் மந்திரவாதியைப் பற்றி, மந்திரஜாலத்தால் நிகழும் குற்றங்களைத் தடுக்கும் மாயேமர்கள் என்ற காவலர் பிரிவிடம் வாக்குமூலம் அளித்தான் செல்வந்தன். அந்த வாக்குமூலத்தால், பாம்புக் கடியால் இறந்த பலரின் மரணத்தில் மாயேமர்களுக்கு இருந்த சந்தேகம் மந்திரவாதியின் பக்கம் திரும்பியது.

12. சடங்கு

முன்பொரு காலத்தில் ஒரு மந்திரவாதி தன்னைத் தானே பல நகல்கள் எடுக்க முடியும் என்ற சக்தியை அடைந்தான். அந்த சக்தியைப் பயன்படுத்துவதில் ஒரு நிர்ப்பந்தச் சிக்கல் இருந்தது. அவனது அத்தனை நகல்களாலும் எல்லா காலங்களிலும் சமயங்களிலும் எந்நேரத்திலும் அத்தனை நகல்களையும் தன்னைப் போலவே உணர முடியும். அவற்றுக்குத் தனித்தனி அகந்தை வாய்க்காது. தனித்தனி பிர்ஜைகுணம் இருக்காது. மந்திரவாதி தன்னை நகலெடுக்கும் நிலைக்கு வர அவன் நகல்கள் யாவும் மந்திரவாதி என்ற ஒரு ஆளின் நன்மையைத் தாண்டி வேறெதையும் விழையக் கூடாது என்ற நிர்ப்பந்தத்துக்கு அவன் உடன்பட வேண்டும். அவன் மனதை மெல்லத் தயார் செய்து கொண்டான். ஒரு கிரகண நாளில் அந்த நிலையை அடைந்தான். தன்னை மெல்ல நகல் எடுக்கத் தொடங்கினான். புள்ளிகளால் வரையும் சித்திரம் போல் தன்னை நகல்கள் எடுத்த படி ஒரு பெரும் அரசியல் விளையாட்டை அரங்கேற்றினான் மந்திரவாதி. அந்த விளையாட்டின் உச்சகட்டத்தில் முகமூடிகள் அணிந்த, நீல வட்டம் வரையப்பட்டிருந்த வெள்ளைப் பின்னணியைக் கொடியாகக் கொண்ட ஒரு பெரும்படை, முகமூடி அணியாத மன்னனின் தலைமையின் கீழ் ஒரு நாட்டை எதிர்த்து முன்னேறியது. அதன் ஆயிரக்கணக்கான வீரர்களில் ஒருவனாக மந்திரவாதி எங்கோ தன்னையே

தொலைத்துவிட்டான். அவர்கள் ஓர் ஆற்றங்கரையில் கூடாரமிட்டிருந்தபோது ஒரு விசித்திரமான கொம்புச் சத்தம் எழுப்பப்பட்டது. மன்னனைத் தவிர அத்தனை வீரர்களும் சில முறைகள் தாங்களல்லாத வேறு நபர்கள் அங்குள்ளனரா என்று சுற்றிப் பார்த்தனர். முகமூடியைச் சட்டென்று கழட்டி அவர்களிடமிருந்த சிறிய கண்ணாடிகளில் முகம் பார்த்துவிட்டு சட்டென்று மீண்டும் முகமூடியை அணிந்துகொண்டனர். இது அவர்களின் நடுவில் ஒரு சடங்கு. அந்த மாபெரும் படையின் அத்தனை வீரர்களும் மந்திரவாதியின் நகல்களே என்றாலும் ஒரு மந்திரவாதி அவர்களிடத்திலிருந்து தீர்க்கமாக வேறுபட்டான். அவனது கண்கள் பொசுக்கப்பட்டிருந்தன. அவனே மன்னனுக்கு அடுத்த நிலையில் படையின் தளபதியாக இருந்தான். மந்திரவாதியின் கண்ணைப் பொசுக்கிய அடிமட்டக் காவலனாகிய தனக்கு விரிந்துகொண்டே சென்ற ஒரு ராஜாங்கத்தையே பரிசளித்துவிட்ட மந்திரவாதியிடம் என்றுமே ஒரு நாயின் விசுவாசத்துடன் இருந்தான் மன்னன். அந்தச் சடங்கின் போது ஒரே பிம்பத்தைத் தனது துளிகளிலெல்லாம் பகிர்ந்துகொண்ட கடலொன்றைத் தரிசிப்பதைப் போன்று அவன் மயங்குவான். தனது கண்களையே பொசுக்கிக் கொள்ளும் தைரியம் வரக்கூடாதா என்று பரிதவிக்கும் பயங்கரமாக அந்த மயக்கம் இருந்தது. அப்படியும் அந்தக் கொம்புச் சத்தத்துக்காக அவனது காதுகள் ஏங்கின.

13. மூச்சு விடு

முன்பொரு காலத்தில் ஒரு மந்திரவாதி ஒரு பாலைவனத்தைக் கடந்து சென்று கொண்டிருந்தான். பிரம்மாண்டமான அந்தப் பாலைவனத்தில் தனிமை அவனை ஆட்கொண்டு வதைத்தது. ஒரே ஒரு நிறத்தை மட்டும் வெறுத்து அந்த நிறம் இல்லாத பாலைவனத்தில் பிரயாணித்துக்கொண்டிருந்த மந்திரவாதி, அவனில்லாமல் தவித்த அந்நிறத்தின் தனிமையைத் தன்னுடையது என்று அனுபவித்துக்கொண்டிருந்தான். பிரபஞ்சத்தின் அத்தனை நட்சத்திரங்களின் மீதும் அவனுக்குக் காமம் இருந்தது. அவன் நாவில் நினைத்தாலே ஊறிய அத்தனை சுவைகளின் மீதும் நீங்காத காமம் இருந்தது, அவன் தொட்டு வருடி பட்டுப் பழகிய அத்தனை பொருட்களின் மீதும் அவனுக்கு உயிர் பற்றுக்கு நிகரான காமம் இருந்தது. ஒரு நிறத்திலிருந்து விலகியவன் காமத்திலிருந்தே நீங்கி விட்டான் என்று அவனது ஆன்மா அவனைக் குத்திக் காட்டியபோது, வேறொரு ஜீவன் கண்ணில் படாமல் நாட்கணக்கில் உழல வேண்டிய சூழ்நிலையில் மனமழுந்தி ஊதுவாத்தியமாக முழங்கிக்கொண்டிருந்த பாலைவனக் காற்றைப் பிடித்துத் திருகி ஒரு ஜீவனை ஏற்படுத்தினான். மனித உருவத்தின் தோராயத்தைத் தேடிய அந்த வாயுப்பிராணி திடீரென உயிர் கொண்டதில் பதறி மணற்புயலாக மாறியது. அங்கிருக்கும் மணலையெல்லாம் அள்ளி ஒரு முழு சமுதாயம் போல் பிம்பங்கள், கட்டிடங்கள்,

மனிதர்கள், குதிரைகள், ஆறுகள், மலைகள், காடுகள், தொழில்கள், சடங்குகள் இவ்வனைத்தையும் மணலால் திரித்துப் பார்த்தது. இதையெல்லாம் பார்த்துக்கொண்டே யாதொரு சஞ்சலமுமின்றி நடந்துகொண்டிருந்தான் மந்திரவாதி.

தன் பதற்றமெல்லாம் அடங்கி இறுதியில் ஓர் அழகான இளம்பெண் வடிவம் கொண்டு அந்த மணல் தோற்றம் அவனருகில் வந்து நின்றது. அதன் மேல் தூசியை ஊதுவதைப் போல் மந்திரவாதி ஊதினான். மண் துகள்கள் சலனப்பட்டு பறந்தும் அமர்ந்தும் மீண்டும் மீண்டும் அந்தப் பெண்ணின் அழகைக் கூட்டின. அவளை அவன் மூச்சு விடு என்று ஆணையிட்டான். நீர் ஊற்றைக் கண்டுபிடிக்கும் வித்தையைக் கற்றுக்கொள்ளப்போவதாக அவளிடம் அந்தப் பாலைவனத்தில் கூறினான். அவனது வார்த்தைகளைக் கேட்ட நொடியில் அவளது கண்களுக்குள் நம்பிக்கையின் பிறை கருவிழியின் இருட்டை எதிர்த்ததால் நட்சத்திரங்கள் நிறைந்தன. பாலைவனத்தைக் கடக்கும்வரை மந்திரவாதி பிறையின் நாட்கணக்கில் லயித்திருந்தான்.

14. வட்டக் கெடு

முன்பொரு காலத்தில் ஒரு மந்திரவாதி தனது பொசுங்கிய கண்களால் ஒரு பெரும் வெள்ளைச்சுவரை வெறித்துப் பார்த்தபடி நின்றான். தன்னிடம் இருந்த ஒரு கரித்துண்டை கொண்டு அதன் வலது அடியோரத்தில் மிகத்துள்ளியமான முழுமையின் பேரம்சமான ஒரு வட்டத்தை வரைந்தான். வாளை உயர்த்தியபடி இரு காவலர்கள் அவனை வெட்ட ஓடி வந்தனர். அவர்களுக்கு இடப்பட்டிருந்த உத்தரவு அப்படி! எந்த சுவரில் எவர் எதை வரைந்தாலும் அவர்களை அங்கேயே வெட்டிப் போடும்படி ஓர் அரசாணை காவலர்களுக்கு வழங்கப்பட்டிருந்தது. காவலர்களுக்கும் அந்த அரசாணை எதற்கு என்று சுலபமாகப் புரிந்தது. அவர்கள் அறியாமலேயே அவர்களில் சிலருக்கு உள்ளங்கைகளில் ஈ அளவு பெரிய கண்கள் வரையப்பட்டிருந்தன. அவர்களில் சிலரின் காதலிகளின் முதுகுத்தண்டு, இடுப்பில் முடிந்த இடத்தில் கடுகு அளவு சிறிய கண்கள் வரையப்பட்டிருந்தன. தங்களை மீறிய ஆதிக்கம் தங்களை சூழ்ந்துகொண்டிருக்கிறது என்று அச்சம் மிகுந்த போதுதான் அந்த அரசாணை வந்தது. கேள்வி இல்லாமல் சக மனிதர்களை வெட்டி எறிய அனைத்துக் காவலர்களும் தயாராக இருந்தார்கள். வட்டத்தை வரைந்த மந்திரவாதியை வெட்ட ஓடிவந்த இரண்டு காவலர்களையும் அவன் தடுக்கவில்லை. மந்திரவாதி வெட்டி வீழ்த்தப்பட்டான். மந்திரவாதியின் குருதி சுவரில் அவன் வரைந்திருந்த வட்டத்தின் மேல் தெளித்தது.

தெளித்த ரத்தம் அந்த வட்டத்தின் வடிவை சற்றே மாற்றியது. ஒரு நண்டின் சித்திரத்தைப் போல் அந்த வட்டம் இப்போது பார்வைக்குப் பட்டது. அந்த நண்டு திடீரென்று இறங்கி வந்து துண்டாகக் கிடந்த மந்திரவாதியின் தலையைத் தன் மேல் ஒட்டவைத்துக்கொண்டு மனிதனும் நண்டும் கலந்த பிராணியைப் போல் தோற்றம் கொண்டது. பின்னர் அங்கு அந்த அமானுஷ்யத்தைக் கண்டு செய்வதறியாதிருந்த அந்த இரண்டு காவலர்களின் உடலை நோண்டிக்குடைந்து அவர்கள் ரத்தத்தில் நனைந்து ரத்தச்சிவப்பில் சுவரெல்லாம் மேலும் கீழும் ஓடி வரையத்தொடங்கியது. இதனைப் பார்த்த பல காவலாளிகள் அங்கு குவிந்து அந்த நண்டை குறிவைத்து அம்பெய்தினர். எதற்கும் பலியாகாமல் வரைந்து கொண்டே இருந்தது நண்டு. அது வரைந்து முடித்து சுவரின் இடது அடியோரத்திற்குச் சென்று மந்திரவாதியின் தலையை உதிர்த்தது. அந்தச் சுவரில் மணிக்கட்டு வரை திடகாத்திரமான ஆறுவிரல்கள் கொண்ட ஒரு கரம் வரையப்பட்டிருந்தது. அதன் மோதிரவிரலில் ஒரு வளையம் மட்டும் மோதிரக்கல்லின்றி காலியாக இருந்தது. வரையப்பட்டிருந்த கரம் சுவரை விட்டு நீங்கி தரையில் கிடந்த மந்திரவாதியின் தலையை அந்த வளையத்தின் மேல் பொருத்தி ஒரு மோதிரம் செய்து கொண்டது. பின்பு தன் ஆள்காட்டி விரலால் வானத்தை நோக்கிச் சுட்டிக் கொஞ்சம் நீலச் சாயம் எடுத்துக்கொண்டு சுவரில் ஒரு பெரும் நீலவட்டம் வரைந்தது. அரண்மனைக் கோபுரத்திலிருந்து அந்த வட்டத்தைப் பார்த்துக் கொண்டிருந்தான் ஒரு காவலாளி. அவன் ஒரு மனிதனின் இரண்டு கண்களை அன்றுதான் பொசுக்கியிருந்தான். பொசுக்குவதற்கு முன் 'இனி நீதான் நாயகன்' என்று அந்த மனிதன் முணுமுணுத்த வார்த்தைகளுக்கு ஏதாவது ஒரு அற்புதமான அர்த்தம் இருக்கக்கூடாதா என்று காவலாளி ஏங்கிக்கொண்டிருந்தபோதுதான் தூரத்தில் தெரிந்தது ஒரு நீல வட்டம்.

15. தீமை என்ற மௌனம்

முன்பொரு காலத்தில் ஒரு மந்திரவாதி மிகக் கெடுதலான சில மந்திரங்களைத் தன் யூகத்தினால் கண்டறிந்தான். அவற்றைப் பயன்படுத்தினால் கெடுதல்தானே ஏற்படும் என்று அவனுடைய சக மந்திரவாதிகள் நால்வரை வினவியபோது அவர்கள் மௌனம் காத்தனர். ஒரு பெரும் போர் நிகழ்ந்து கொண்டிருந்தது, அதில் அந்த மந்திரங்களைக் கொண்டு அவன் ஜெயிக்கப்போவதாக அவர்களிடத்தில் கூறினான். மந்திரவாதிகள் கடைப்பிடிக்க வேண்டிய அறங்களைப் பற்றிய ஒரு புத்தகத்தை, தான் இயற்றியதாகவும் அந்த முழுபுத்தகத்தை பலமுறை படித்தும் மிகக் கெடுதலான அந்த மந்திரங்களைப் பயன்படுத்தலாமா வேண்டாமா என்று தன்னால் கண்டுபிடிக்க முடியவில்லை என்றும் அந்த நான்கு மந்திரவாதிகளிடத்திலும் பதிலுக்காக மன்றாடினான். அவர்கள் நால்வரும் மௌனம் காத்தனர். ஆகவே வேறு வழியின்றி அந்த மந்திரங்களைப் பரிசோதித்துப் பார்த்தான் மந்திரவாதி. பெரும் நாசம், உயிரிழப்பு என அற்றம் பலவும் ஏற்பட்டன. மந்திரவாதி தன் பாவங்களுக்கு பொறுப்பேற்பவனாக இல்லாமல் அதிபதியாக மாறினான். அந்த மந்திரங்களைப் பற்றி அறிந்திருந்தும் அமைதி காத்தமையால் அந்த நால்வரையும் கிளிகளாக மாற்றி தன்னைக் கொன்று தன் சக்திகளையெல்லாம் அடைவது எப்படி என்ற வழியை அவற்றுக்குச் சொல்லிக்கொடுத்து நான்கு திசைகளிலும் திசைக்கொன்றாக அவற்றைப் பறக்கவிட்டான்.

பின்பு தன் உயிரை ஒரு சிங்கத்தில் அடைத்து ஒரு முக்கோணத் தீவில் முடிவில்லாத குகையில் அமர்த்திவிட்டான். அங்கு அந்தச் சிங்கம் தீவு அதிர கர்ஜித்துக் கொண்டிருந்தது. அதன் கண்ணிற்கு ஒரு நிறமும் அதன் நாவிற்கு ஒரு சுவையும் அதன் நாசிற்கு ஒரு மணமும் மட்டும் தெரியாது. அந்தச் சிங்கத்தைக் கொன்றால் இந்த உலகத்திலேயே பலசாலியாக, கொல்பவர் மாறிவிடுவார் என்று கிளிகள் கதையை முடித்தன. அவைகள் மனம் மட்டும் ஆழ்ந்த மௌனத்தில் இருந்தது. சிங்கம் கொல்லப்பட்ட அன்று அவைகள் மீண்டும் பழைய நிலைமைக்குத் திரும்பி மந்திரவாதிகள் ஆகின. அன்றே ஒருவன் சில மந்திரங்களைத் தான் யூகித்துவிட்டதாகவும் அவைகள் கெடுதலானவைதானே என்றும் அவர்களை விசாரித்தான். அதுவரை நடந்த முழுக்கதையையும் அவனுக்கு அவர்கள் கூறினார்கள். ஏனோ அதை அவன் மௌனம் என்று புரிந்து கொண்டான். அந்தக் கதையை அவர்கள் எத்தனை முறை கூறினாலும் இன்னொரு மந்திரவாதி வந்தான் அவனும் அந்த மந்திரங்களைப் பயன்படுத்தினான், அவர்களைக் கிளிகளாக மாற்றினான், தன் உயிரை ஒரு சிங்கத்தில் அடைத்தான், அந்தச் சிங்கத்தை இன்னொரு மந்திரவாதி கொன்றான், அது சாவதற்கு முன்னர் அந்த மந்திரங்களைக் கொன்றவனுக்கு போதித்து, அவனை உலகிலேயே சக்திசாலியாக மாற்றியது. யார் தடுத்தாலும் எதைக் கூறி அவனுக்கு முட்டுக்கட்டைப் போட்டாலும் அந்த மந்திரங்களைப் பயன்படுத்தாமல் அந்த மந்திரவாதி இருக்கப்போவதில்லை. அதன் நாசத்தின் பழியை ஏதோவொரு நான்கு மந்திரவாதிகளின் மீது போட்டு அவர்களைத் திசைக்கொன்றாகத் தனது கதையைப் பரப்ப அனுப்பாமல் இருக்கப்போவதும் இல்லை. அவனது உயிர் அடைக்கப்பட்ட சிங்கம் கொல்லப்பட்டவுடன் ....

16. வரியா என்று முடியும் காப்பியம்

முன்பொரு காலத்தில் ஒரு மந்திரவாதி ஒரு காப்பியம் எழுதத் தொடங்கினான். அதில் வரும் கதை மாந்தரெல்லாம் அவனுக்குத் தெரிந்தவர்கள், அவனோடு பழகுபவர்கள். அதில் சொல்லப்படும் கதையும் அவர்களுடையதுதான். ஆனால் அதில் எங்கு பார்த்தாலும் மந்திரஜாலம், பல லோகங்களில் சஞ்சாரம், விசித்திர விலங்குகள், பெரும் சாகசங்கள், ராட்சஸர்கள், விதவிதமான மயக்கத்தை அளிக்கும் மணம் மிகுந்த மூலிகைக் காடுகள்! இவையனைத்தையும் சேர்த்துக் கொண்டான். அதையும் தாண்டி தன் மந்திர சக்தியைப் பயன்படுத்தி அதனை வாசிப்பவர்கள் கதையின் சில தருணங்களில் கதையையே எதிர்த்து அவர்களின் மனப்போக்கில் வேறொரு கதையைத் தங்களுக்குள் சொல்லும்படி சில சித்து வேலைகளைச் செய்து வைத்தான். அதையும் தாண்டி காப்பியத்தின் முடிவில் கதாநாயகி ஒரு காலயந்திரத்தில் ஏறி ஈராயிரம் ஆண்டுகள் பிரயாணித்து முன் செல்வதாக முடித்தான். அங்கு அடைந்தவுடன் ஒருவன் ஒரு நகரும் இரும்புப் பூச்சியின் கொம்பைப் பிடித்துக்கொண்டு அவளருகில் வேகமாக வந்து நின்று, 'என்ன வரியா?' என்று கேட்கிறான்.

17. தீராநட்பு

முன்பொரு காலத்தில் ஒரு மந்திரவாதி பெரும் அபாயங்களில் சிக்கிக்கொள்ளும் போதெல்லாம் அவனுடைய நண்பனான ஒரு பூதத்தை அழைப்பான். அந்த பூதமும் கர்ம சித்தமாக அங்கு விரைந்து அவனைக் காப்பாற்றும். இது மீண்டும் மீண்டும் நடக்க மந்திரவாதி துணிந்து பெரும் சிக்கல்களில் லவலேசமாக மாட்டிக்கொள்ளத் தொடங்கினான். ஒரு நாள் ஒரு மாவீரனின் பத்து வயதுச் சிறுவனைக் கடத்திக்கொண்டு ஒரு பாழடைந்த மலைக்கோட்டைக்குச் சென்றுவிட்டான் மந்திரவாதி. விஷயம் தெரிந்து வெறிகொண்டு அந்த மாவீரன் மலை ஏறிக்கொண்டிருந்தான். இதிலிருந்து பூதம் தன்னை எப்படிக் காப்பாற்றப்போகிறது என்ற ஆவலில் பூதத்தை அழைத்தான் மந்திரவாதி. அதுவும் சிரமேற்கொண்டு வந்து சேர்ந்தது. விஷயத்தைத் தெரிந்துகொண்ட பூதம் அந்தச் சிறுவனின் உருவத்திற்கு மாறி தகப்பனை மலையேற்றத்தில் மறித்து தன்னை கடத்தி வந்தவன் பயந்து தப்பித்துப் போய்விட்டதாகவும் அவன் நடுநடுங்கி மன்னிப்பு கேட்டதாகவும் கூறியது. தகப்பனும் மகன் வேடத்திலிருந்த பூதமும் பீடு நடைபோட்டு வீடு சென்றனர். மந்திரவாதியிடம் இருந்த சிறுவன் இதையெல்லாம் வாய்பிளந்து பார்த்துக்கொண்டிருந்தான். பின்பு, தயவு செய்து தன்னைத்

திருப்பி அனுப்ப வேண்டாம் என்றும் தன்னை சீடனாக சேர்த்துக் கொள்ளுமாறும் மன்றாடினான். மந்திரவாதியும் இசைந்தான். வருடா வருடம் அவனும் அவனது சீடனும் வீடு சென்று பார்ப்பார்கள். பூதம் வீட்டிற்கு பாந்தமான பிள்ளையாகவும் தந்தையின் பராக்கிரமத்திற்கு ஏற்ற தனயனாகவும் வளர்ந்து வந்தது.

ஒரு நாள் ஆற்றில் குளித்துவிட்டு வீடு திரும்பிக் கொண்டிருந்த பூதத்தை மந்திரவாதியும் அவனது சீடனும் வழிமறித்தார்கள். 'ஏன் இப்படி நீ இன்னும் நடித்துக் கொண்டிருக்கிறாய்?' என்று மந்திரவாதி கேட்க, உன்னிடம் சொல்ல வேண்டியதில்லை உன் சீடனிடம் வேண்டுமானால் சொல்கிறேன் என்றது பூதம். மந்திரவாதியும் ஒப்புக்கொண்டான். ஒரே உருவத்திலிருந்த அந்த இருவரும் ஒரு அரச மரத்திற்குப் பின் சென்று கொஞ்ச நேரம் கலந்து பேசிவிட்டுப் பிரிந்தனர். மந்திரவாதி சீடனென்று நினைத்து பூதத்தை அழைத்துக்கொண்டு புறப்பட்டான். சிறுவனாக பெற்றோர்களைப் பிரிந்தவன் வாலிபனாக வீடு போய்ச் சேர்ந்தான். இனி சீடனின் உருவத்தில் இருக்கப்போகும் பூதத்தின் வேலை தன்னை அழைக்கும்படியான பிரச்சனைகளுக்குள் சிக்கிக் கொள்ளாமல் மந்திரவாதியைப் பார்த்துக் கொள்வதுதான். தன்னை அழைக்கவில்லையே என்ற சோகம் தன்னை வாட்டாமல் இருக்கவும் பூதம் ஏதாவது ஏற்பாடு செய்ய வேண்டும்.

18. அவளுக

முன்பொரு காலத்தில் ஒரு மந்திரவாதி தன் வேலைக்காரனுடன் ஆற்றைக் கடந்து சென்று தனக்குத் தேவையான பொருட்களையெல்லாம் அங்காடியில் வாங்கிக்கொண்டு ஒரு படகில் திரும்புகையில் அவனது மாளிகை மீது பெரும் புகைப்படலமொன்று தெரிந்தது. 'நம் மாளிகைதான் பற்றி எரிகிறது' என்று வேலைக்காரன் கதறத் தொடங்கினான். அதுவரை படகுப் பயணத்தின் ஏகாந்தத்தில் அவனிடமிருந்த ஒரு சத்தப்பெட்டியின் ஒரு முனையில் கேட்ட சொர்க்கத்தின் சத்தங்களில் மூழ்கியிருந்த மந்திரவாதிக்குத் தூக்கி வாரிப் போட்டது. 'என்னது நம் மாளிகையா' என்று வேலைக்காரன் உரிமை கொண்டாடுவதை நினைத்து மந்திரவாதி திடுக்கிட்டான்.

அந்த மாளிகை ஒரு மாயக்கட்டிடம். அது என்றிலிருந்து இருக்கிறது எப்படிக் கட்டப்பட்டது அல்லது அங்குதான் எல்லா நேரங்களிலும் இருக்குமா என்று கூட யாருக்கும் தெரியாது. மந்திரவாதி அவனது சக்தியினால் அந்த மாளிகையை ஒரு சாதாரண வீடுதான் என்று நம்ப வைத்திருந்தான். அந்த மந்திரக்கட்டையும் தாண்டி அவன் அங்கு வேலைக்கு வைக்கும் ஆட்களிடம் அந்த மாளிகை இருவிதமாக நடந்து கொண்டது. ஒன்று அவர்களை உயிர் அதிர பயமுறுத்தியது அல்லது ஒரு தாசியைப் போல் எல்லா சிஸ்ருஷைகளும் அவர்களுக்குச் செய்தது. பயந்தவர்கள் மந்திரவாதியிடம் முறையிட்டுவிட்டோ

அல்லது சொல்லிக்கொள்ளாமலோ ஓடிவிடுவார்கள். மற்றொரு ரகம் திடீர்திடீரென அந்த மாளிகையிலிருந்தே மறைந்துபோய் விடுவார்கள். பிறகு சில நிமிடங்களில் மீண்டும் தோன்றுவது மட்டுமல்லாமல் வெகு குதூகலமாகக் காட்சி அளிப்பார்கள். விசாரித்தால் 'இங்கு தான் இருந்தேன்' 'அங்குதான் இருந்தேன்' என்று பொய்தான் வரும். சில நாட்களுக்குப் பிறகு மொத்தமாக ஒரு நாள் மறைந்துவிடுவார்கள். மந்திரவாதியும் வேறு வேலைக்காரர் தேட அக்கரைக்குச் செல்வான்.

அவர்களின் படகு கரையை நெருங்க நெருங்க வேலைக்காரனுக்கு ஒரே பதட்டம். மந்திரவாதி அமைதியாகத்தான் இருந்தான். அந்தப் புகைப்படலத்தில் அங்கங்கு புகை விலகி உருவங்கள் படர்ந்து ஒரு கதை ஓட ஆரம்பித்தது. மிகக் கிளுகிளுப்பான ஒரு காமக்கதை அது. அதைப் பார்த்து தன்னை அறியாமல் சிரிக்கத் தொடங்கினான் வேலைக்காரன். 'நம்ம வீடு நல்லாத்தான் இருக்கும். பக்கத்துல எங்கயோ எதையோ கொளுத்தறானுங்க' என்றான் வேலைக்காரன்.

மந்திரவாதி திடீரென மறைந்தான். துடுப்பு போட்டுக்கொண்டிருந்த வேலைக்காரன் பதறி அங்குமிங்கும் தலையைத் திருப்பித் தேடியபடி துடுப்பை விடுவித்தான். அடுத்த நொடியே மீண்டும் மந்திரவாதி தோன்றினான். 'இப்போதாங்க நீங்க மறஞ்சீங்க' என்று ஆச்சரியமாகக் கேட்டான் வேலைக்காரன்.

மீண்டும் மீண்டும் கண் சிமிட்டலைப் போல் மறைந்தும் தோன்றியும், தோன்றியும் மறைந்தும் மந்திரவாதி வேலைக்காரனைத் திகைக்க வைத்தான். அங்காடியிலிருந்து வாங்கிய துணிப்பொட்டலம் ஒன்றைப் பிரித்தான் மந்திரவாதி. அதில் உலர்ந்த மூலிகைகள் போல் சில பெண்ணுருவங்கள் ஒன்றன் மேல் ஒன்றாய் கொத்தாகப் படுத்திருந்தன. 'இத அள்ளி வாயில போட்டுக்கோ அவளுங்க அலறுவாளுங்க நீ பாட்டுக்கு நல்லா மென்னு முழுங்கு உன்ன காப்பாத்திக்க இதான் ஒரே வழி' என்றான் மந்திரவாதி.

அவன் அந்த மாளிகையை மட்டும் அது வீடுதான் என்று நம்ப வைக்கவில்லை, ஒரு பேயையும் அது ஜன்னல்தான் என்று

நம்ப வைத்திருந்தான். அவனது சக்திகள் கூடிக்கொண்டே இருந்தன. அவனால் அவன் செய்ய முடியாதென்று நினைத்த பல மந்திரஜாலங்கள் அவனுக்கு வசப்பட்டன. அதற்குக் காரணமான சத்தப் பெட்டியைப் பாதுகாப்பாக வைக்க வேண்டும் என்று தனக்குள் சொல்லிக் கொண்டான். அதில் ஒரு முனையில் சொர்க்கத்தின் சத்தங்களும் மறுமுனையில் நரகத்தின் சத்தங்களும் நாளெல்லாம் கேட்டன. ஒரு நாளின் முடிவில் சொர்க்க சத்தங்களும் நரக சத்தங்களும் முனை மாறின. அப்போதுதான் மந்திரவாதியின் சக்திகள் அதிகரித்தன. சொர்க்கத்தையும் நரகத்தையும் ஆராய்ந்து கொண்டே இருந்த மந்திரவாதி தனது வேலைக்காரனின் சொர்க்கத்தை தனது நரகத்துடன் ஒப்பிட்டுவிட்டானோ என்று அவனுக்கு ஒரு மன உளைச்சல் கரையை அடைந்தவுடன் ஆரம்பித்தது.

மாளிகைக்குள் சென்ற பிறகு ஜன்னல் ஒன்றின் வழியே வெளியே பார்த்தான். அங்கு ஒரு அழகான பெண் அவனை ஆசையாகப் பார்த்து வெளியே வருமாறு சைகை காட்டினாள். அந்தக் காட்சி ஒரு பேயின் மாய வேலை என்று அவன் அறிவான். அதைத் தான் ஒரு ஜன்னல் என்ற மயக்கத்தில் அடைத்தவனே அவன்தான். ஆசையாய் அவனை அழைத்த பெண்ணை நோக்கி தன் உள்ளங்கையில் ஒரு முத்தம் கொடுத்து ஊதினான் மந்திரவாதி. அதைப் பெற்றுக்கொண்டவள் நாணத்தில் தரையை நோக்கிப் புன்னகைத்தாள். மந்திரவாதிக்கு சொர்க்கமும் நரகமும் ஒரே பெட்டிக்குள் எப்படி இருக்கின்றன என்று புரிந்தது.

19. பாதம்

முன்பொரு காலத்தில் ஒரு மந்திரவாதி தன் பார்வை மீதிருந்த தீராததொரு சந்தேகத்தினால் ஒரு நிழலைத் தேடி நாடெல்லாம் அலைந்து திரிந்தான். அது மிகவும் சுலபமான ஒரு நிழல். எல்லா நிழல்களைப் போலவும் ஒரு துண்டு இருட்டு. ஆனால் அது எந்தப் பொருளின் நிழலாக உள்ளதோ அந்தப் பொருளின் வடிவத்தில் இருக்காது. அதனால் அந்த நிழலைக் கண்டுகொள்வது நிச்சயமாகக் கடினம் கிடையாது. அதனைப் பார்த்த மாத்திரத்தில் கைப்பற்றி அதிலிருந்து கண் மை ஒன்று செய்ய மந்திரவாதியால் முடியும். அதனைத் தன் வலது கண்ணில் தீட்டிக்கொண்டால் எல்லா பொருளின் உண்மையையும் மந்திரவாதி அறியத் தொடங்கிவிடுவான். அவனது பார்வையுள் சிக்கிய எந்தப் பொருளும் தனது உண்மையை வெளிப்படுத்தாமல் இருக்கமுடியாத மந்திரசக்தி அந்தக் கண் மையில் இருந்தது. ஏதோ ஒரு பருக்கை சோற்றை அவனிடம் காட்டினால் கூட அது விளைந்த மண் எது என்று அவனால் அந்த மையின் சக்தியைக்கொண்டு அறிந்து கொள்ளமுடியும். அத்தகைய சக்தியை அடையத்தான் அவன் அந்த நிழலைத் தேடி அலைந்தான்.

அவனது பலநாள் தேடலின் இறுதி நாளன்று ஒரு மலைத்தொடரின் ஏற்ற இறக்கங்களைத் தாண்டி ஒரு வனம் புகுந்து ஒரு ராட்சஸ நீர்வீழ்ச்சியின் அருகில் உருளைப் பாறை

ஒன்றின் மீது விரக்தியுடன் அமர்ந்திருந்தான். அங்கு ஒரே ஒரு பாதத்தின் பூதாகாரமான சிலையொன்று இருந்தது. மந்திரவாதி ஏனோ அதனைக் கண்டுகொள்ளவே இல்லை. அதை வடித்து அப்படிப்பட்ட மனித நடமாட்டமில்லாத இடத்தில் யார் விட்டு வைத்திருப்பார்கள் என்றெல்லாம் அவன் யோசிக்கவில்லை. தான் இதனையெல்லாம் யோசிக்கவில்லை என்று அவன் திடுக்கிட்டு உணர்ந்தான். அப்போதுதான் அந்த நிழல் அவன் கண்ணில் பட்டது. நீர் வீழ்ச்சியிலிருந்து விழுந்தோடிக் கொண்டிருந்த நீரானது அந்தப் பாதத்தைத் தொட்டுக்கொண்டு தாண்டும்போது கருமையாக மாறுவதை மந்திரவாதி கவனித்தான். நிழலைக் கண்டுபிடித்துவிட்டோம் என்று உணர்ந்து அதனை அணுகிக் கைப்பற்றி மை செய்து தன் வலது கண்ணில் தீட்டிக்கொண்டான். நிழலேயில்லாத அந்தப் பாதம் காணாமல் போனது. அந்தத் தத்ரூபமான பாதம் காணாமல் போனதைத் தாங்கிக்கொள்ள முடியாத மந்திரவாதி அவனது கண்ணிலிருந்து நிழலை விடுவித்தான். மீண்டும் நிழல் கூர்ந்து பாதம் தோன்றியது. தனது பார்வையின் மீது அவனுக்கு இருந்த சந்தேகத்தை அவன் தீர்த்துக்கொண்டுவிட்டான். பார்வையைப் பார்த்துவிட்டான் மந்திரவாதி. மீண்டும் தோன்றத் தோன்ற பார்வை பார்வையைப் பார்க்கும் முடிவிலியை அவன் பார்த்துக்கொண்டே இருக்க பார்வை தோன்றிக் கொண்டே இருக்கிறது என்பதைப் பார்த்துவிட்டான். பார்வையே படைப்பு என்பதைப் பார்த்தபோது அவனது பார்வையின் மீதிருந்த சந்தேகம் விலகியது. அந்தி சாய்வதற்குள் அந்த வனத்திலிருந்து விதவிதமான பூக்களைப் பறித்து வந்து அந்தப் பாதத்தின் மீது தூவி வணங்கினான் மந்திரவாதி.

௨௦. கரடி உயிர்

முன்பொரு காலத்தில் ஒரு மந்திரவாதி எந்தவொரு வழுக்கை தலையிலும் அவன் வைத்திருந்த மந்திர முக்காடைப்போட்டு எடுத்தாலும் அதில் கரு கரு என்று மயிர் துளிரும் வரத்தை தன் இஷ்ட தெய்வத்திடமிருந்து பெற்றிருந்தான். அதை அவனுக்கு வழங்கும் போதே இஷ்டதெய்வம் மீண்டும் மீண்டும் விசாரித்தது.

'உனக்கு உண்மையிலேயே இந்த வரம் தான் வேண்டுமா?'

மந்திரவாதியோ பிடிவாதமாக அந்த வரம்தான் வேண்டும் என்று கேட்டு வாங்கிக்கொண்டான். அதே தெய்வத்திடம் தன் வாழ்க்கையின் மிக முக்கியமான உயிரினும் மேலானதொன்றைத் தன்னிடம் தக்கவைத்துக்கொள்ளும் வரத்தை அவன் ஏற்கனவே பெற்றுவிட்டான். அந்த முக்காடை வைத்து ஒரு சுலபமான சௌகரியமான வாழ்க்கையை ஏற்படுத்திக்கொள்வதே அவனது ஆசை. அந்த முக்காடில்தான் இந்த சக்தியுள்ளது என்று தெரிந்து கொண்டால் அதனை சுலபமாக எவரேனும் பறித்துக்கொண்டு போய்விடுவர் என்ற காரணத்தினால் மந்திரவாதி ஊரார் முன் வைத்தியனைப் போல் நடித்து வந்தான். வழுக்கைத் தலைக்காரர்களை வைத்தியம் செய்வது போல் போக்குக் காட்டி, பலவிதமான பத்தியங்களுக்கு அவர்களை முன்னரே ஆட்படுத்தி, ஒரு இரவு முழுவதும் மயங்கிய நிலையில் கும்மிருட்டில் வைத்துத் தலையை மறைக்கும் முண்டாசிற்குள்

பச்சிலையெல்லாம் வைத்துக்கட்டி, பிறகே ஒரு நாள் முண்டாசுக் கட்டை கழட்டிப் பார்த்தால் திடீரென்று மயிர் முளைத்து விடுவது போல் வித்தை காட்டி வந்தான்.

இந்த மாய்மாலத்தின் நடுவில் பெரும் பொருளீட்டி வந்ததால் யாருக்கும் தன் மேல் சந்தேகம் வரக்கூடாது என்று நிஜ வைத்தியமும் ஊராருக்குப் பார்த்து வந்தான். அதற்காக யாருக்கும் தெரியாமல், சில ஊர்கள் தள்ளி வாழ்ந்த ஒரு வைத்தியரிடம் மாறுவேடம் தரித்து சீடனாகப் பயின்றும் வந்தான். அவர் தலைசிறந்த ஆசிரியர். மந்திரவாதிக்கு கிஞ்சித்தும் தயக்கமின்றி அனைத்து மருத்துவ ரகசியங்களையும் கற்றுக்கொடுத்தார். அவன் கொஞ்சம் கொஞ்சமாக மருத்துவத்தின் பால் பேரார்வம் கொண்டவனாகவும் தன் திறமைகளையெல்லாம் ஒரே திசையில் செலவிட வைத்தியமே ஆகச்சிறந்த வழி என்று உணர்பவனாகவும் மாறிவந்தான்.

ஒரு நாள் அவனை அழைத்துத் தனக்கு மிகவும் வாஞ்சையான சீடனாகையால் யாருக்கும் தெரியாத ஒரு மருந்தைப் பற்றி அவனிடம் கூறுவதாகச் சொல்லி அவனை ஒரு பாழடைந்த வீட்டிற்கு குரு அழைத்துச் சென்றார். அங்கு ஒரு கரடி செத்துக்கிடந்தது. வைத்தியர் அதன் உதட்டைப் பிரித்து அதன் பற்களுக்கு நடுவே ஒரு குளிகையை வைத்தார். சில வினாடிகளில் அந்த கரடியின் உடம்பில் துடிப்பேற்பட்டு அது மெதுவாகக் கண் திறந்து பார்த்துவிட்டு ஆழ்ந்த கரடித் தூக்கத்துக்குள் சென்றது. ஆச்சரியத்தில் மந்திரவாதி குருவை கண்விரித்துப் பார்த்தான்.

'இனிமே சனியன் ஆறு மாசத்துக்கு எழுந்திருக்காது. இத நல்லா கண்காணிக்கலாம்' என்று கூறி பெருமூச்சு விட்ட அவரது வழுக்கைத் தலையிலிருந்து இரண்டு சொட்டு வியர்வை வழிந்தோடியது. உயிரும் மயிருமாய் அங்கு சுகம் கண்டுகொண்டிருந்தது ஒரு கரடி.

21. சாபம்

முன்பொரு காலத்தில் ஒரு மந்திரவாதி கந்தர்வ வாவியில் அப்ஸரஸ் ஒருத்தி நீராடுவதைப் பார்த்ததால், 'அவன் குளிக்கும் நோக்கத்தில் நீரை அணுகினான் என்றால் நீர் அவன் மேல் படாது' என்று அந்த அப்ஸரஸால் சபிக்கப்பட்டான். பிறகு அந்த சாபம் அநியாயமாகப்பட்டதால் அவன் நினைவில்லாமல் இருக்கும் நேரங்களில் அவனை எவரேனும் குளிப்பாட்டி விடலாம் என்று சாபம் தணிக்கப்பட்டது. பல வருடங்கள் கழித்து இதனை ஒரு லட்சணமான சூனியக்காரியிடம் விவரித்துக் கொண்டிருந்தான் மந்திரவாதி. அவள் தான் ஒரு கந்தர்வன் குளித்துக்கொண்டிருக்கும்போது பார்த்ததினால் பிறகு வாங்கிய சாபத்தைப் பற்றிக் கூறினாள். அந்த சாபம் அவர்கள் பேசிக்கொண்டிருந்த அறைக்கு வெளியே விளையாடிக் கொண்டிருந்தது. அவர்கள் உரையாடலின் நடுவில் சூடான தேன்பானம் ஒன்றை அவனுக்கு அவள் பரிமாறினாள். அதை அவன் ஊதிக்குடிக்கையில் மெதுவாக மயக்கம் தள்ளியது. அவளை சந்தேகமாகப் பார்த்துக்கொண்டே பேச வாயெடுத்தான் மந்திரவாதி. 'தத்தபுத்த' தான் வெளிவந்தது. கடைசியாக அவன் கண் சொக்கி நினைவிழக்கையில் அவள் விரகம் வழிய கண்ணடித்தது நினைவில் நின்றது.

உஉ. ஓவம்

முன்பொரு காலத்தில் ஒரு மந்திரவாதி குகைகளில் ஓவியம் வரையும் சில சமணத்துறவிகளுடன் நட்பு வைத்திருந்தான். அவர்கள் வரையும் ஓவியங்களைப் போலவே அவன் வேறெங்கோ பார்த்திருப்பதாகக் கூறி அவர்களை அழைத்துச் சென்று நிஜவுலகத்தின் காட்சிகளைக் காண்பிப்பான். அதுவும் தத்ரூபமாக அப்படியே இருக்கும். உதாரணமாக, ஒரு தாமரைக்குளத்தை ஒரு சமண ஓவியர் வரைந்திருந்தார். அதன் பிரதி போலிருந்த ஒரு தாமரைக்குளத்தை அவரை அழைத்துச்சென்று காண்பித்தான் மந்திரவாதி. அதைப்போலவே ஊரில் வசித்து வந்தவர்கள் பலரை உங்களைப் போன்றே ஒரு ஓவியத்தைக் கண்டேன் என்று குகைக்கு அழைத்துச் சென்று காண்பிப்பான். அந்த ஓவியமும் அச்சு அசல் அப்படியே இருக்கும். வரைந்தவரைக் கேட்டால் நான் கற்பனையிலிருந்துதான் வரைந்தேன் என்பார். மந்திரவாதியை சோதிக்க ஒரு நாள் ஒரு கொலையைச் சித்திரமாக வரைந்த துறவி ஒருவர் மந்திரவாதியை அழைத்து அபிப்ராயம் கேட்டார். மந்திரவாதியும் அதில் கொலை செய்யப்படுபவரையும் அவனுக்குத் தெரியும் கொலை செய்பவரையும் அவனுக்குத் தெரியும் என்று அவரை அழைத்துச்சென்று அந்த நபர்களைக் காண்பித்தான். பின்பு அவர்கள் சாயல் உள்ள ஓவியம் உள்ளது என்று அந்த இருவரையும் குகைக்கு

அழைத்து வந்திருந்தான். அங்கிருந்த ஓவியத்தை அவர்கள் பார்த்துக் கொண்டிருக்கையில் ஓவியர் அங்கு வந்து சேர்ந்தார். அவர்களின் தோள்களைத் தாண்டி ஓவியத்தைப் பார்க்கும் போது, மந்திரவாதி அந்த ஓவியத்தின் குகைச்சுவரின் அருகில் நின்றுகொண்டு அதிலிருக்கும் சித்திரங்களுடன் பேசிக்கொண்டிருந்தான். அந்த இரண்டு சித்திரங்களையும் கொலை நிகழாமல் இருக்கும்படி சமாதானப்படுத்திக் கொண்டிருந்தான் மந்திரவாதி. இதனைப் பார்த்துக்கொண்டிருந்த இருவரிடத்திலும் எந்தச் சலனமும் இல்லை. அவர்கள் பிரமை பிடித்தவர்கள் போல் ஸ்தம்பித்திருந்தனர். மந்திரவாதி அந்த சித்திரங்களிடம் உங்களைப் போன்றே ஒரு ஓவியம் உள்ளது என்று கூறுவதைக் கேட்டு ஓவியர் அதிர்ந்து போனார். அந்த ஓவியத்திற்கருகிலிருந்த ஒரு தாமரைக்குளத்தின் ஓவியத்திலிருந்து நீர் கசிந்து கொண்டிருந்தது. அதனை வரைந்தவர் தினமும் அந்தக் குளத்தின் நிஜத்தையும் அந்த ஓவியத்தின் தத்ரூபத்தையும் ஒப்பிட்டுப் பார்த்துக்கொண்டிருந்தார்.

௨௩. ஆஹூம்

முன்பொரு காலத்தில் ஒரு மந்திரவாதி எதைப் பற்றிச் சொல்லி முடித்தாலும் அதற்கு முத்தாய்ப்பாக 'ஆகும்' என்று சொல்லித்தான் முடிப்பான். இதனை அனைவரும் தவறாகவே புரிந்துகொண்டனர். ஒருவர் அவருடைய மனைவியைக் கொலை செய்யப்போவதாக சினத்தில் மந்திரவாதியிடம் குமுறினார். மந்திரவாதியும் அதற்கு ஆகும் என்று சொன்னான். ஒருவர் செக்கு இயந்திரம் வாங்கி தொழில் தொடங்கப் போவதாகக் கூறினார். மந்திரவாதியும் ஆகும் என்றான். இவ்விருவரும் தத்தம் காரியங்களைச் செய்து முடித்ததிலிருந்துதான் மந்திரவாதி எது சொன்னாலும் நடக்கிறது என்று அந்த ஊரில் ஒரு வதந்தி பரவியது.

ஆனால் உண்மையோ ஒளிந்து கிடந்தது.

மந்திரவாதி ஒரு யட்சியிடம் குறிப்பிட்டதொரு மந்திரசக்திக்காக மன்றாடிய போது அவள் அதற்குப் பதிலாக அவனது மொத்த நினைவுகளையும், நினைவு சக்தியையும் கேட்டாள். மந்திரவாதி சூதாக அவளிடம் பேரம் பேசினான். அந்த சக்தியை ஒரு நாள் கழித்துத் தனக்குக் கொடுக்குமாறு யட்சியை அவன் கேட்டுக் கொண்டான். யட்சியும் ஒப்புக்கொண்டாள். ஆகவே அவன் மொத்த நினைவுகளும் நினைவாற்றலும் போவதற்கு முன்னால் அவனிடம் ஒரு முழுநாள் இருந்தது. அந்த ஒருநாள்

அவகாசத்தில் அவனது மூளைக்கு அவனே உண்டாக்கிய கணக்கன் தான் ஆஹூம். அது மந்திரவாதியின் மூளைக்குள் வசிக்கும் மிகச்சிறிய இயந்திர மனிதன். மந்திரவாதி நினைவு அழிய அழிய அவன் அதனை மீண்டும் ஏற்படுத்திக்கொண்டே இருப்பான். மந்திரவாதி எப்பொழுதெல்லாம் ஆஹூம் என்கிறானோ அப்பொழுதெல்லாம் புது விடயங்களை இயற்றுவான்.

அவள் அழகாக இருக்கிறாள் ஆஹூம்

அவள் தேவதையைப் போன்றிருக்கிறாள் ஆஹூம்

அவளைப் பார்க்கையில் மனம் பிறழ்கிறது ஆஹூம்

என்று கூறிக்கொண்டே மந்திரவாதி தனக்கென்று உலகத்திலேயே அழகான இயந்திரப் பெண்ணொருத்தியை உருவாக்கி முடித்தான்.

அதற்காக யட்சியிடம் மன்றாடிப் பெற்றதுதான் அந்த மந்திர சக்தி. அந்த இயந்திரப் பெண்ணிற்கு ஒவ்வொரு முத்தம் கொடுக்கையிலும் ஆஹூம் என்றான் மந்திரவாதி.

மணலைத் திரித்து ஒரு பெண்ணைச் செய்யத் தொடங்கினேன் ஆஹூம்

அவளை இன்றுதான் செய்து முடித்தேன் ஆஹூம்

இதோ பார் ஆயிரமாவது, ஆயிரத்து ஓராவது பச்சைக் கற்கள் ஆஹூம்

கண்களைப் போன்ற வடிவத்திலிருந்த அந்தப் பச்சைக் கற்களை அந்த இயந்திரப் பெண்ணின் முகத்தில் பதிய வைத்தான் மந்திரவாதி. அந்த இயந்திரப் பெண் தனது பச்சைக் கண்களால் அவனைப் புதையலாகப் பார்த்தாள்.

உ௪. கல்வினோ

முன்பொரு காலத்தில் ஒரு மந்திரவாதி ஒரு ஊருக்குள் நுழைந்தபோது அங்கு எல்லாமே கற்சிலைகளாக இருந்தன. செடி, மரம், பூ, பூச்சி, தானியம் என்று அத்தனையும் அப்பழுக்கற்ற நிஜத்தின் சாயல் கிஞ்சித்தும் விலகாத கருங்கற்சிலைகளாய் கிடந்தன. இருவரின் தகராறு அதில் பங்கு பெறும் பிறர், நாக்கைத் தொங்கப் போட்டுக்கொண்டு வேடிக்கை பார்க்கும் நாய், நீர்ச் சலனம் முதற்கொண்டு நேர்த்தியாகத் தெரிந்த கற்கேணி, கல்லாக கனியும் காயும் கீரைகளும் கிடந்த அங்காடி இவைகளும் காற்றசைக்காமல் சிலைகளாகக் கிடந்தன. அந்த ஊரின் நடுவில் கனமாக இறுகிய ஒரு கல் அரண்மனை இருந்தது. அதனுள் சென்றான் மந்திரவாதி. அதன் தர்பாரில் ராஜாவும், அமைச்சர்களும் காவலாளிகளும் சாமரம் வீசுபவர்களும் கற்சிலைகளாக வீற்றிருந்தனர். அவர்களின் நடுவில் கைகளை விண்ணோக்கி உயர்த்தியபடி ஒருவன் அரைகண் சொருகி சிலையாக நின்றுகொண்டிருந்தான். ஆனால் அவன் கற்சிலை இல்லை. அசைவின்மை அவனைச் சிலை என வடித்திருந்தது. அவனை நோக்கித்தான் அத்தனை சிலைகளின் பார்வையும் பாய்ந்தது. அவனருகில் மந்திரவாதி நெருங்கியபோது அவனது உதடுகள் மட்டும் அசைய ஆரம்பித்து மொழி உதிர்ந்தது. அந்தப் பேச்சின் கசிவிற்கு ஏற்ப சுற்றியிருந்த சிலைகளெல்லாம் மெல்லத் தமது நிஜத்தோற்றம் அடைய ஆரம்பித்தன. அவனது ஒவ்வொரு சப்தத்தின் முடிவிலும் மீண்டும் அவை கல்லாய்

மாறின. மந்திரவாதி தெரிந்துகொண்டான் இவன் அசைந்தால் அந்த ஊர் தன் கற்கோலத்திலிருந்து விடுதலை அடைந்து விடும் என்று.

அவன் மந்திரவாதியிடம் கூறியது,

'நீ எதற்கு வந்திருக்கிறாயோ அதற்குத்தான் நானும் வந்தேன். என் காரியம் முடிவதற்குள் அதோ சிலையாக நிற்கிறானே ஒரு அமைச்சன் அவன் என்னை மிகக் கடினமான ஒரு கேள்வி கேட்டுவிட்டான். சிந்திக்க நேரம் எடுத்துக்கொள்ள இந்த ஊரையே கல்லாய் மாற்றிவிட்டேன்.'

மந்திரவாதி தனது துணிப்பையில் கையை விட்டான் அதனுள் நூற்றுக்கணக்கான கோலிகள் குவிந்து கிடந்தன.

'நீயே ஒரு கோலிக்குள்தான் இருக்கிறாய். இந்தப் பைநிறைய அத்தனையும் கோலிகள், அத்தனையும் ஊர்கள், அதில் உன்னையும் என்னையும் போல் அத்தனை மந்திரவாதிகள்' என்று மந்திரவாதி கூறியவுடன் இருவரும் உரக்கச் சிரித்தனர் 'கல்வினோ கல்வினோ' என்று.

௨௫. அரக்கரசன்

முன்பொரு காலத்தில் ஒரு மந்திரவாதிக்கு ஒரு கொடுங்கோல் மன்னனின் சினேகிதம் கிட்டியது. அந்தக் கொடுங்கோலனுக்கு ஒரு மனக்குறை. சித்ரவதையின் ஏதோ புள்ளியில் அது பிரயோஜனமற்றுப் போய்விடுவதைக் கண்டு அவனுக்கு ஆதங்கம். ஒருவனது கண்களைப் பொசுக்கியும் அவன் சிரித்துக் கொண்டிருப்பதைப் பார்த்ததிலிருந்து மன்னனுக்கு இந்த மனக்குறை. கடந்த பல மாதங்களாகத் தன்னை எதிர்க்கும் குற்றம் இழைப்பவர்களை எப்படித் துடிதுடிக்க வைப்பது என்று அவன் பல பேருடன் புது யோசனைகளைப் பரிசீலனை செய்து கொண்டிருந்தான். அப்போதுதான் மந்திரவாதியின் தொடர்பு கிட்டியது. மந்திரவாதி விதவிதமாக மன்னனின் எதிரிகள் மற்றும் அவனது சட்டங்களை எதிர்ப்பவர்களின் மனதில் புகுந்து அவர்களைக் கொஞ்சம் கொஞ்சமாக நிர்மூலமாக்கி நரகக் குழியில் தள்ளும் பல சித்து வேலைகளை மன்னனுக்காகச் செய்து காட்டினான். மன்னனுக்கோ ஒரே குஷி! மந்திரவாதியை மெல்ல மெல்ல அரசியல் இயந்திரத்திற்குள் அமர்த்தி தலைமை அமைச்சனாகவும் பதவி கொடுத்து அழகு பார்த்தான்.

அப்போதுதான் மந்திரவாதிக்கு அந்தப் பெரும் வியூகம் தோன்றியது. நாட்டிலுள்ளோர் அத்தனை வீட்டின் கதவுகளிலும் அவன் பரிந்துரைக்கும் எந்திரத்தை வரைந்து விட்டால், வாரத்தில் ஒரு நாள் முழு நாட்டையுமே யாராலும்

என்னதென்று தெரிந்துகொள்ள முடியாத மன உளைச்சலுக்கு ஆளாக்கலாமென்பதே அந்த யோசனை. மன்னனுக்கு இதைக் கேட்டுப் பேறுவகை! ஆனால் எப்படி இதற்கு அனைவரையும் சம்மதிக்க வைப்பது என்று ஆழ்ந்து சிந்திக்கையில் ஒரு யோசனை சிக்கியது. அரண்மனையின் வாயிற்கதவுகளில் ஒரு எந்திரம் வரையப்பட்டது. நாடே பார்த்து ஆசைப்படும் அற்புதமான பிரம்மாண்டமாக அது வரையப்பட்டது. அரண்மனையில் வசிப்பதனால் தனக்கு மனவுளைச்சல் வருமே என்று மன்னன் சிறிதும் கவலைப்படவில்லை. ‘நமக்கேது மனம் அதற்கேது உளைச்சல்’, என்று கூறி மதுக்கோப்பைகளை இடித்துக் கொண்டனர் மன்னனும் மந்திரவாதியும்.

நாட்டு மக்கள் தங்கள் வீடுகளின் கதவுகளில் அந்த எந்திரத்தைப் பிரதி எடுத்து வரையத் தொடங்கினர். அவர்கள் படும் துன்பத்தைப் பார்வையிட மந்திரவாதி லட்சக்கணக்கான கண்களை நாடு முழுவதும் வரைந்தான். அவனது கணிதம் அபாரமானது.

துன்பத்தின் ஏதோ ஒரு புள்ளியில்தான் ராஜ்ஜியம் கவிழும் என்று தீர்மானித்த மந்திரவாதி, அச்சாணியை முறிக்கப் போகும் மயில் தோகையாய், துன்பத்தை எடை போட்டுக் கொண்டிருந்தான் மந்திரவாதி.

௨௬. ரத்தக்கதை

முன்பொரு காலத்தில் ஒரு மந்திரவாதி ஒரு விசித்திரமான மனிதனைச் சந்தித்தான். ஆனால் தனது விசித்திரம் தனக்கே புலப்படாமல் அந்த மனிதன் நிலவினான். அவன்தான் அவனது மொத்த குடும்பம், குலம், வம்சத்தின் கடைசி ஆள். அவனைத் தவிர சொந்தமெனச் சொல்லிக்கொள்ள அவனுக்கு வேறு யாரும் இல்லை. தூரத்து சொந்தங்கள் கூட இல்லை. எப்படித் தேடியும் பல தலைமுறைகளுக்கு முன் விட்டுப்போன இரத்தத் தொடர்புகள் கூட இல்லை.

அவனைச் சந்தித்து இதனை அறிந்துகொண்ட மந்திரவாதி அவன் எப்படி இதை நினைத்து ஆச்சர்யம் அடையாமல் இதனை பிரஸ்தாபிக்காமல் இருக்கிறான் என்று துணுக்குற்றான். அவன் பரிபூரண அனாதையாதலால் மந்திரவாதியுடன் சேர்ந்து பயணப்பட முடிவுகட்டி அவர்கள் இருவரும் காடு மேடெனத் திரிந்தனர்.

அப்போதுதான் மந்திரவாதி மெல்ல அந்த மனிதனிடம் இருந்த அமானுஷ்யமான திருஷ்டியை அறிந்துகொண்டான். அவனுக்கு அவனது சொந்தக்காரர்கள் அத்தனைபேரின் மரணமும் எப்படி நடந்தது என்று அத்துப்படியாகத் தெரிந்திருந்தது. உதாரணமாக மூன்று தலைமுறைகளுக்கு முன் அவன் தாய்வழிச் சொந்தமாகிய ஓர் இளம்பெண் எப்படித் தலையில் இடி

விழுந்து இறந்தாள் என்று வர்ணித்துக்கொண்டிருந்தான். இதெல்லாம் எப்படி உனக்குத் தெரியும் என்று மந்திரவாதி கேட்டபோது, அவன் தனது குறுங்கத்தியை எடுத்துத் தனது வலது கையை மணிக்கட்டில் அறுத்துக் கொண்டான், குருதி கொட்டியது. பின்பு கொட்டிய குருதி ஒரு சொட்டு விடாமல் மீண்டும் அவனது காயத்தைச் சென்றடைந்தது. தழும்பில்லாமல் மணிக்கட்டு பழைய நிலைமைக்குத் திரும்பியிருந்தது.

'அது இஷ்டம் நான் என்ன செய்யறது' என்றான் அந்த மனிதன்.

ரத்தம் ஒன்று தன்னைச் சுற்றி வரைந்துகொண்ட கோடுதான் அந்த மனிதன் என்று புரிந்துகொண்டான் மந்திரவாதி. தானும் அந்தக் கோட்டோவியத்தின் ஒரு பகுதியோ என்ற பயம் அவனைக் கவ்வியது. அந்த மனிதனைப் பிரிந்து பல வருடங்கள் கழிந்த பின் ஒரு நாள் அவன் மந்திரவாதியின் பயணத்தில் திடீரெனத் தோன்றினான். அவனது கதாபாத்திரம் சலவை செய்யப்பட்டதைப் போல் துளக்கம் அடைந்திருந்தது. அவனுக்கு மூன்று மனைவிகளும் முப்பது பிள்ளைகளும் இருந்தனர்.

ரத்தம் எப்படி சாமர்த்தியமாக அமரிக்கையாகத் தனது வேலையைப் பார்க்கிறது என்று மந்திரவாதியால் ரசிக்க முடிந்தது. அவன் முன்பொரு காலத்தில் தன்னைத் தானே வெட்டிக்கொண்டே வாழும் ஒரு மூலிகை வனத்தைக் கண்டிருக்கிறான். அதன் வன்முறை அன்று மந்திரவாதிக்குத் தாங்க முடியாத பயங்கரமாகப்பட்டது. இன்று ஒரு ரத்தக்கதையைக் கண்முன் கண்டுகொண்டே அந்த மனிதனின் வீட்டில் விருந்தும் உண்டான். அந்த மனிதனின் விசித்திரத்தைத் தாண்டி அதுவரை அவனைப் பற்றிய சங்கதிகள் எதையும் பெரிதாகக் கண்டுகொள்ளாத மந்திரவாதிக்கு வெளிப்படையாக திடீரென வேறொரு பரிமாணமும் தெரியத் தொடங்கியது. தேசம் முழுவதும் போற்றப்படும் மாவீரன் அந்த மனிதன். மந்திரவாதி ரத்தக்கதையையும் அதில் அடங்கியிருந்த வீரத்தின் சூதையும் பொருத்திப் பார்த்தான். அந்த மாவீரனின் மகன்களிலேயே மிகவும் உக்கிரமான முரட்டுச் சிறுவனை அன்றிரவே கடத்திச் சென்றான் மந்திரவாதி.

௨7. காதில்

முன்பொரு காலத்தில் ஒரு மந்திரவாதி ஒரு எலியை மந்திரித்து வளர்த்து வந்தான். அந்த எலியின் காதில் அவன் எந்தக் கதை சொல்லி ஒரு வீட்டினில் விட்டாலும் அந்தக் கதை அந்த வீட்டில் நடக்கத் தொடங்கிவிடும். அப்படிப்பட்ட சூனியக்காரன் அவன். இதை வைத்து நன்மை தீமை என இரண்டும் அவனால் செய்ய முடிந்தது. அவனுக்கு ஒரு வரையறை இயல்பிலேயே இருந்தது. அவர்கள் பல தலைமுறைகளாக மந்திரவாதிகள் என்பதினால் குடும்பத்தை விட்டு அந்தத் தொழில் நீங்காமல் இருக்க சிறுவயதிலேயே பணத்தைப் பற்றிய தீராத வெறுப்புணர்ச்சி அவர்களுக்கு போதிக்கப்பட்டது. அத்துடன் அல்லாமல் மந்திர சக்திகளைப்பற்றியே ஒரு தீராத துவேஷம் அவர்களுக்குள் விதைக்கப்பட்டது. அதிலிருந்து மீண்டு ஒரே ஒரு மந்திரசக்தியைப் பயில்வதே கடினம். அப்படி அந்த மந்திரவாதி பயின்றதுதான் விலங்குகளின் காதில் கதை ஓதும் அந்த மந்திரசக்தி.

அப்படி அவனது குடும்பத்தில் மீண்ட இன்னொரு மந்திரவாதி எதையும் பச்சையாக்கும் மந்திரத்தைக் கைவசப்படுத்தியிருந்தான்.

இன்னொருவனிடம் ஒரு மந்திர சதுரங்க ஆட்டம் இருந்தது.

இன்னொருவன் எல்லா வாக்கியங்களுக்குப் பிறகும் 'ஆஹூம்' என்றான். இன்னொருவன் மொழியைத் தலைகீழாக்கும் மந்திரத்தைத் தெரிந்துவைத்திருந்தான்.

இப்படிப் பலவிதமான மந்திரவாதிகள். அனைவரும் ஒருவரே என்று கூறும் அளவுக்கு ஒரு மந்திரவாதி தன்னையே பல நகல்கள் எடுத்துவைத்திருந்தான். அவனுக்கு பன்மை வெறும் பொழுதுபோக்குதான். அதில் அவன் எந்த அர்த்தத்தையும் காண்பதில்லை.

மந்திரவாதி காதில் கதை சொல்லி ஒரு எலியை ஒரு ஆசாரி வீட்டிற்குள் விட்டான். ஆசாரியின் வலது கை நடுவிரல் துண்டுபடும் என்பதே அந்தக் கதை. மந்திரவாதி அது ஒரு மாத வேலை என்று அந்த ஊரிலேயே கூடாரம் அடித்துத் தங்கியிருந்தான். திடீரென ஒரு பாவாடை அணிந்த சிறுமி விடிகாலையில் அவன் கூடாரத்திற்குள் நுழைந்தாள். அவளது கரங்களில் அந்த எலி செல்லமாக விளையாடிக்கொண்டிருந்தது. மந்திரவாதியின் கண் முன்னே அதன் கழுத்தைத் திருகி எறிந்தாள். அவன் பதறாமல் அவளை விசாரித்து அந்தச் சிறுமி ஆசாரியின் மகள் எனத் தெரிந்து கொண்டான். அந்த லட்சணமான குழந்தையைப் பார்த்த போதில் அவனுக்கு முதன் முறை தன் சக்தியை விஸ்தீகரிக்கும் ஒரு யோசனை தோன்றியது.

அவளது காதினில் ஒரு கதை சொன்னான். அதன்படி அவனது குடும்பத்தில் தனித்தனியே ஒவ்வொருவரிடம் சிதறிக் கிடக்கும் மந்திர சக்திகளை அவள் ஒவ்வொன்றாகத் தெரிந்து கொள்கிறாள். பிறகு ஒரு குறிப்பிட்ட குகையில் அவளுக்காக காத்துக் கிடக்கும் மந்திரவாதியை மணமுடிக்கிறாள். அந்த குகையில் மந்திரவாதி ஒரு சிங்கத்தை வதம் செய்த பிறகு உலகிலேயே பலசாலியானவனாக இருப்பான். அந்தச் சிறுமியின் சுவாரஸ்யத்தைத் தூண்டிய அந்தக் கதை அவள் கண்களில் நட்சத்திரமாக ஜொலித்தது. அந்தக் குகையை அடைய அவளுக்கு வழிகாட்ட ஒரு கிளியின் காதில் கதையொன்றை சொல்லி அவளுக்குப் பரிசளித்தான் மந்திரவாதி.

உ8. சொற்றொடர்

முன்பொரு காலத்தில் ஒரு மந்திரவாதி சிறிய கதைகளில் மாட்டிக்கொண்டு உன்னதமான கதை முடிவுகளில் புழுங்கி வந்தான். தொட்டனைத்தையும் மந்திரிக்கும் அபரிமிதமான மந்திரம் அவனது பற்களின் நெரிசலில் வாய்தவறி உலகத்திற்குள் புகுந்து விட்டது. அதன் தொடர்பில் 'தான்' என பொருள் சுமந்த அனைத்தும் கதை பெற்று மந்திரஜாலத்தால் தவித்தன. ஓர் அணில் மாவிலையையும் வேப்பிலையையும் அழகழகாகக் கடித்து, ஓடும் ஆற்றில் விட்டது. அந்த இலைகள் மிதந்து வருவதைக் கண்ட ஆற்றின் வழியிலமைந்த எழில் மிகுந்த ஊரொன்றின் மக்கள் அவற்றில் ஒரு வார்த்தை வடிக்கப்பட்டுள்ளது என்பதைக் கண்டுகொண்டனர். யார் எவராக இருந்தாலும் கால் நனைய ஆற்றோட்டத்தில் சில நிமிடங்கள் நின்றால் அவர்களுக்கு ஒரு வாக்கியம் வந்து சேரும். அப்படி நதியோட்டத்தில் மிதந்து வந்தன இலைகள்.

அவர்களின் வாழ்க்கையையே புரட்டிப் போடும் அற்புத வாக்கியம் அந்தச் சொற்றொடர். அந்த அற்புதம் நாட்கணக்கில் திரள மராமத்து, கோயில், கொட்டடம் எல்லாம் மெல்ல அந்த ஆற்றங்கரையில் செழித்தோங்கின. மந்திரவாதி அந்த ஆற்றில் ஒரு நாள் கால் நனைத்தான். அவனைத் தேடி ஒரு மந்திரம் சொல் சொல்லாக வந்தடைந்தது. அதை அவன் கூறியவுடன்

அனைத்தும் பழைய நிலைமைக்குத் திரும்பிவிட்டது. அணில் தெளிந்து மாம்பழங்களை உண்ணத் தொடங்கியது. மந்திரவாதி காணாமல் போன உலகத்தைக் குறிப்பெடுத்துக் கொண்டான்.

ஒரு மரகதப் புதையலைத் தன்னிடம் காட்டியதற்காக ஒரு பச்சை மனிதனுக்கு மீண்டும் மனித நிறத்துக்கு மாற மந்திரவாதி போதித்த மந்திரம் அது. எல்லாம் பழைய நிலைமைக்குப் போக வேண்டுமென்று அவன் என்று ஆசைப்படுகிறானோ, அன்று பச்சை மனிதனை அந்த மந்திரத்தை உச்சரிக்கச் சொல்லியிருந்தான் மந்திரவாதி.

௨௯. ஒப்புக்கொள்வாயா

முன்பொரு காலத்தில் ஒரு மந்திரவாதிக்கு எங்கு சென்றாலும் ஏதாவது ஒரு சுவரில் எதேச்சையாக மோதிக்கொள்ளும் பழக்கமிருந்தது. அவன் இந்தப் பழக்கத்தை மெல்ல சந்தேகிக்கத் தொடங்கினான். அதெப்படி அவன் மோதிக்கொள்ள ஏதுவாக எங்கு சென்றாலும் ஒரு சுவர் இருக்கமுடியும். இப்படிப்பட்ட யோசனைகள் எழ இந்தப் பிரச்சனைக்குத் தீர்வு காண முடிவுகட்டினான். அதற்காக பூனை ஒன்றை வளர்க்கத் தொடங்கினான். அதற்குச் செல்லும் இடத்திலெல்லாம் சுகம் காணும் கலையை மெல்லச் சொல்லிக்கொடுத்தான். பூனையும் நன்கு கற்றுத் தேர்ந்து வந்தது. மந்திரவாதியுடன் ஒட்டுவுறவாக அவன் செல்லும் இடங்களுக்கெல்லாம் அவனுடனேயே சென்றது. அவனும் சுவர்களில் மோதிக்கொண்டேதான் இருந்தான்.

பூனை சுகம் காணும் கலையில் நிபுணியானவுடன் ஒரு நாள் மந்திரவாதியுடன் ஒரு அரிசி வியாபாரியின் கொள்முதல் கிடங்கிற்குச் சென்றது. மந்திரவாதியும் அந்த வியாபாரியும் பேசிக்கொண்டிருக்கும்போது அவனது அருகில் உள்ள மேஜையில் சுகமாக சுருண்டு இன்பத்தை அனுபவிக்கத் தொடங்கியது. அப்போது திடீரென அதன் எதிரில் இருந்த சுவர் நகரத் தொடங்கியது. அந்தச் சுவர் மேல் சாய்த்து வைத்திருந்த அரிசி மூட்டைகள், சுவர் நகர

நகர எண்ணிக்கையில் அதிகமாயின. அந்தக் கிடங்கே ஒரு சிறிய ஓரடுக்கு கட்டிடத்திலிருந்து மூன்றடுக்கு வளாகமாக மாறத் தொடங்கியதைக் கண்ட பூனை, மந்திரவாதி மேல் பாய்ந்து அவனை வெறிகொண்டு கீறியது. அன்றுதான் மந்திரவாதி மாயத்திலிருந்து விழித்துக் கொண்டான். அவன் செல்லும் இடத்திற்கேற்ப அவன் வாழும் நகரமும் அதன் வாசிகளின் வாழ்க்கையும் மாறுவதைப் புரிந்துகொண்டான். முன்பொரு காலத்தில் அவன் ஒரு புதையலைத் தேடி ஒரு குகைக்குள் நுழைந்ததும் அதன் சுவர் விலகி அவனுக்காக ஒரு பாதை திறந்ததும் அவன் நினைவுக்குத் திரும்பியது. அது ஒரு முடிவில்லாத குகை. அதனுள் அவன் செல்லச் செல்ல சுவர் ஒன்று திறந்துகொண்டு அவனை வேறொரு வாழ்க்கைக்கு இட்டுச் சென்றது. அந்த வாழ்க்கையில் தன்னையே தொலைத்து மீண்டும் மீண்டான் மந்திரவாதி. இம்முறை அவன் மாயத்திலிருந்து விழித்துக்கொள்ள மீண்டும் சுவர் விலகி குகை தோன்றியது. அங்கு ஒரு சிங்கம் அவனை வரவேற்றது. கதைகளை முடித்தால்தான் விடுதலை என்று அவனிடம் கூறியது. எப்படி கதைகளை முடிப்பது என்று அவன் சிங்கத்திடம் வினவினான்.

“நீ ஒரு பூனையை வளர்ப்பதைப் போல் நான் உன்னை வளர்க்கிறேன் என்று நீ ஒப்புக்கொண்டால் கதைகள் முடிந்துவிடும்.”

30. ஜடப்பொருள்

முன்பொரு காலத்தில் ஒரு மந்திரவாதி தன் பக்கத்து ஊரில் ஒரு வயோதிகர் மிக இளமையானவராகவும், சிரமமான உடற்பயிற்சிகளில் ஈடுபடுபவராகவும் இருப்பதாகக் கேள்விப்பட்டான். இதனை ஊர்ஜிதப்படுத்திக் கொள்ளவோ அல்லது அதனைக் கண்டு ஆச்சர்யப்படவோ அவன் சிறிதும் எத்தனிக்கவில்லை. ஆயினும் அந்தச் செய்தி அவனை விடுவதாக இல்லை. ஊரிலுள்ளோர் அனைவருக்கும் இதுவே பேசும் பொருளாக இருந்தது. இது அவனுக்குக் கடும் தர்ம சங்கடத்தை அளித்தது. அவன் ஜடப்பொருட்களைக் குதிக்க வைக்கும் மந்திரஜாலத்தில் கற்றுத்தேர முயற்சி எடுத்துக் கொண்டிருந்தான். அதைப் பற்றி வெளியே சொல்லும் அபிலாஷை அவனுக்குச் சற்றும் இல்லை. அவன் ஊரிலுள்ளவர்களெல்லாம் கடைந்தெடுத்த முட்டாள்கள், சிறுமை மிகுந்த அயோக்கியர்கள் என்று ஸ்திரமாக நம்பினான் மந்திரவாதி.

ஒரு நாள் அந்த வயோதிகர் ஊருக்குள் வந்திருப்பதாகக் கேள்விப்பட்டு ஊர் கூடிய கடைத்தெருவிற்கு விரைந்தான். அங்கு மக்கள் சூழ லேசாக கூனி நின்றுகொண்டிருந்த ஒரு கிழவர் மிகவும் பலவீனமாகவே காட்சியளித்தார். அவரருகில் ஒரு இளவட்டக்கல் இருந்தது. எல்லாரும் ஆரவாரம் செய்ய ஒருவன் தன்னிடம் இருந்த ஒரு தகர டப்பாவில் வசூல் செய்து கொண்டிருந்தான். ஒரு மேளக்காரன் உற்சாகமாக தாளங்களைப்

பிரித்தெடுத்துக் கொண்டிருக்க கூட்டம் இன்னும் வேகமாகக் கூடியது. சிறிது நேரத்திலெல்லாம் மந்திரவாதியால் வட்டத்தின் நடுவில் இருக்கும் கிழவரைப் பார்க்க முடியாத அளவு கூட்டம் தள்ள கிழவர் இளவட்டக் கல்லைத் தூக்கும் தருணம் நெருங்கிவிட்டது. மந்திரவாதிக்கு ஆவல் தாங்க முடியாமல் தன் மந்திரத்தைத் தன் மேலேயே பிரயோகித்தான். அவன் உடல் சிரமமில்லாமல் குதிக்கத் தொடங்கியது. ஒவ்வொரு முறை குதித்தெழுந்து மேலே செல்லும் போதும் அந்தக் கிழவர் நடுங்கியபடி இளவட்டக் கல்லை நெருங்குவதைக் கண்டான் மந்திரவாதி. அவனால் இனி எந்தக் குதி வேண்டுமானாலும் குதிக்க முடியும் என்று தெரிந்துகொண்டான். ஒரு வயோதிகர் வித்தை காட்டுவதை எந்தக் குற்றவுணர்ச்சியும் அடையாமல் ரசிக்கும் அந்தக் கூட்டத்தைப் பழிவாங்க முடிவுகட்டினான்.

'குற்றவுணர்ச்சியின் கடவுள்' ஆகும் வழியைத் தன்னைக் குதிக்க வைத்துக்கொண்டே திட்டமாக்கினான்.

31. படித்துத் தீருவது

முன்பொரு காலத்தில் ஒரு மந்திரவாதியின் வீட்டின் வாசற்புறத்தில் ஒரு காலமும் கொல்லைப் புறத்தில் ஒரு காலமும் ஓடிக்கொண்டிருந்தன.

கொல்லைப்புறத்தில் ஓடிய காலம் மிக மந்தமானது. சின்ன பூச்சிகள் மெதுவாக இறக்கையைத் துடுப்புப் போட்டு நகர்வதைக் காணமுடியும். அங்கு, மரத்திலிருந்து ஒரு பூ கீழே விழுந்தால் தரையை அடைய பல பூக்கள் மரத்திலிருந்து கீழே விழும் காலம் ஆகும். அத்தனை மந்தமானது கொல்லைப்புறத்தின் காலம். கொல்லையைத் தாண்டி, தோட்டத்தைக் கடந்து சென்றால் அங்கு மெல்ல நகரும் ஆற்றின் மேல் தோணிகள் நாடகத் திரைகளை ஆட்கள் மாற்றுவதைப் போல் பார்வையை விட்டு மெல்ல விலகும். புயலில் ஆடும் தென்னை மரங்கள்கூட வானத்தைத் தூசி தட்டும்.

ஆனால் வாசற்புறத்தில் எல்லாம் படுவேகத்தில் நகர்ந்தன. வேகவேகமாய் வாலாட்டும் நாய்களின் தாளத்தில் அத்தனை அலுவல்களையும் செய்து முடிக்கும் ஒரு சந்தைத்தெரு அது. சூரியனும் சந்திரனும் யாரோ எறிந்த பந்தைப் போல் பாய்ந்து விழுவதைக் கொஞ்சம் பொறுத்தால் காணலாம்.

இரண்டுக்கும் இடையிலான அவனது வீடு மொத்தமும் ஒரு நூலகம். வீட்டிற்குண்டான சௌகரியங்கள் சில அதிலிருந்தாலும் நான்கறைகள் கொண்ட அந்த வீடு ஒரு பெரும் நூலகம்

என்பதே உண்மை. அத்தனை ஓலைச்சுவடிகளையும் கொணர்ந்து அடுக்கிய பிறகு ஒரு நாள் அவற்றைப் படித்து முடிக்கும் வரை காலத்தை ஓட விடுவதில்லை என்ற வைராக்கியத்தில் அந்த வீட்டினுள் ஓடிய காலத்தை நிறுத்திவிட்டான் மந்திரவாதி. அதன் பக்கவிளைவுகளை வாசலிலும் கொல்லையிலும் அனுபவித்துக்கொண்டிருந்தான்.

௩௨. மாயேமர்

முன்பொரு காலத்தில் ஒரு மந்திரவாதி தனது ஓய்வு நேரங்களில் உண்டிவில் பழகிவந்தான். எலிகள் நடமாடும் ஒரு பாழடைந்த வீட்டிற்குச் சென்று குறிபார்த்து அவற்றை அடித்துக் கொன்று இன்புற்றான். பிறகு காகங்களும் கிளிகளும் ஆந்தைகளும் அணில்களும் வாழ்ந்த ஒரு அரச மரத்தில் தன் வித்தையை சோதித்தான்.

காலம் செல்லச் செல்ல அவனது திறமையும் முறுக்கேறியது. அவனால் சுண்டைக்காய்களையும் பட்டாம்பூச்சிகளையும் குறிவைத்தடிக்க முடிந்தது. ஒரு வழுக்கைத் தலைக்காரருக்கு மேல்நின்ற நான்கு ஒற்றை மயிர்களைத் தீண்டிச்செல்லும் அளவு அவனது குறி குவிந்துவிட்டது. இதெல்லாம் கைகூடிவரும் சமயத்தில் அவன் தன் தொழில் ரீதியாகச் சில மந்திரசக்திகளிலும் தேர்ச்சி அடைந்தான். அவனால் அவன் மந்திரம் செலுத்தும் பொருளுடன் இடம் மாற்றிக் கொள்ள முடிந்தது.

ஒரு செல்வந்தனைக் குறிவைத்து அவனது ஊரை ஒட்டிய காட்டிலிருந்து மந்திரம் ஒன்று செலுத்தினான். அந்த ராத்திரி அவனுடன் இடம் மாறினான். ஒரு இரவெல்லாம் ஏன் எப்படி என்றே தெரியாமல் அவன் காட்டில் அலைந்து கொண்டிருந்தான். அந்தக் காட்டில் ஆன்மாக்களே இடம் மாறியதைக் கண்டதைப்போல் ஒரு காட்சியைக் கண்டான்.

அது அவனது கற்பனையா அல்லது அவனது புலன்கள் அவற்றின் சராசரி வேலைக்குமேல் செயலாற்றினவா என்று அவனால் புரிந்துகொள்ள முடியவில்லை. அவனது இடத்தில் இருந்த மந்திரவாதி மாளிகையின் கஜானாவை வழித்துச் சுருட்டிக்கொண்டு மீண்டும் இடம் மாறினான்.

இந்தப் பெரும் திருட்டைக் கொண்டாடியே தீரவேண்டும் என்று அவனுள் அப்படி ஒரு துடிப்பு. தன் உண்டிவில்லில் கல்லை அமர்த்தி மந்திரம் ஊதி அதை வானளாவ ஏவினான். அது வீரியமாக பறக்கையில் அந்தக் கல்லுடன் ஒரு ஷணம் இடம் மாறி பரவசம் அடைந்தான். நாளெல்லாம் இது தொடர்ந்தது. பறக்கும் சுகத்தை ஒரு ஒரு நொடியாக அனுபவித்தான் மந்திரவாதி. மந்திரவாதிகளைப் பிடிக்கும் மந்திரவாதிகளால் ஆன காவல்துறையினர் அவனை மெல்லச் சூழ்ந்துகொண்டிருந்தனர் என்பதை அறியாதவனாய் அந்த விளையாட்டில் மூழ்கி இருந்தான். கடைசி இடமாற்றத்தின் போது தான் பிடிபடப்போகிறோம் என்று தெரிகையில் அவன் இடம் மாறாமல் பறந்து சென்றதை மாயச்சீருடையணிந்த மாயேமர் என்ற காவலர்கள் தரையிலிருந்து கவனித்தார்கள்.

அவர்கள் அந்தச் செல்வந்தனை விசாரித்ததில் கிடைத்த துப்பின் அடிப்படையிலேயே மந்திரவாதியைப் பிடிக்கும் யூகத்தை வகுத்து அவனை நெருங்கினர். மந்திரவாதி ஒருவன் எத்தகு விதத்திலும், தன் உடலைக் குதிக்க வைக்கும் சக்தியை அடைந்துள்ளான் என்று அவர்களுக்கு வந்த தகவலுடன் மந்திரவாதி தப்பித்த விதத்தை ஒப்பிட்டுக்கொண்டனர்.

மாயேமரின் கதைகள் ஒரு காப்பியத்தில் கிளைக் கதைகளாக கிடைக்கின்றன. அந்தக் கதைகளில் ஒரு கால இயந்திரம் வருகிறது. அதில் ஏறி எதிர்காலத்துக்குப் பயணப்படுகிறான் மாயேமர்களில் ஒருவனாக நடித்துவந்த மந்திரவாதி. முன்பொரு காலத்தின் எதிர்காலம் எவருக்கோ நிகழ்காலம், எவருக்கோ இறந்தகாலம். அத்தனை காலங்களிலும் சஞ்சரிக்கத் துணிந்தவன் மந்திரவாதி.

33. பொம்மை

முன்பொரு காலத்தில் ஒரு மந்திரவாதி தான் கடும் வயிற்று வலியால் அவதிப்பட்டு வருவதாக இன்னொரு மந்திரவாதிக்கு ஒரு புறாவின் காலில் செய்தி கட்டி அனுப்பினான். அது சில நாட்களுக்குப் பிறகு திரும்பியது, ஆனால், எந்தச் செய்தியும் கொண்டு வரவில்லை. இரண்டொரு நாட்களில் அவன் வளர்த்த அத்தனை புறாக்களும் கடும் வயிற்று வலி எடுத்து அங்கும் இங்கும் கழிந்தன. அப்போது இவன் தூதனுப்பிய மந்திரவாதியிடமிருந்து ஒரு புறா வந்து சேர்ந்தது. அதுவும் வெறும் காலுடன்தான் வந்தது. அங்கு வந்த புறா பிற வயிற்று வலி புறாக்களுடன் பழகத் தொடங்கியது. சில நாழிகைகளிலேயே அவற்றின் வயிற்று வலியும் குணமாகியது. அதற்குச் சில மணி நேரம் தாமதமாய் மந்திரவாதியின் வயிற்று வலியும் குணமடைந்து விட்டது. என்னதான் நடந்தது என்று அறிந்து கொள்ள மந்திரவாதி தூது வந்த புறாவையும் தூது சென்ற புறாவையும் சேர்த்து அந்த இன்னொரு மந்திரவாதியிடம் அனுப்பி வைத்தான்.

சில நாட்களுக்குப் பிறகு அவனது புறா மட்டும் திரும்பியது. அதன் கால்களில் அவனுக்கு ஒரு செய்தி கட்டியிருந்தது. அதில் ஒரு மந்திரம் எழுதப்பட்டிருந்தது. அதனை உரக்கச் சொல்லிவிட்டு, கொஞ்சம் அரிசியை அள்ளி அவனது புறாக்களுக்குத் தூவுமாறு கட்டளை இருந்தது. மந்திரவாதியும் அப்படியே செய்தான். சிறிது நேரத்திலேயே அவனது அத்தனை புறாக்களும் துடிதுடித்து இறந்தன. மந்திரவாதி அவற்றில் அவன் மிகவும் நேசித்த புறாவின் உப்பிய வயிற்றை அறுத்துப் பார்க்கையில் அதனுள் சில வைரக்கற்கள் அரிசியின் வடிவத்தில் இருந்தன. அவன் சமநிலை அடைந்தான்.

அவனது வீட்டுப் பரணை தலைகீழாகப் பிரித்துப் போட்டுத் தேடினான். அங்கொரு சின்ன பொம்மை இருந்தது. இயக்கும் சக்தி எதுவும் இல்லாமல் அதன் வாளேந்திய கைகளும் மைதீட்டிய கண்களும் நகர்ந்துகொண்டிருந்தன. மந்திரவாதி அதுவரை தான் பிடித்துவந்த அடத்தைக் கைவிட்டான். அவனது கற்பனை வடம் மீண்டும் கைகூடியது. அவனிடம் இருந்தவைகளெல்லாம் புறாக்களின் பொம்மைகள். அவன் அவற்றுக்கு மூக்கு என்ற மந்திர மொழியினால் உயிர்த்தோற்றம் கொடுத்துவிட்டான். அந்த நாடகத்தின் பிரியத்தில் அவனது புறாக்கள் வானத்தில் பறந்து தரையில் வரைந்த நிழல்கள் சாயக்கருப்பு என்று மயங்கி சித்திரங்களைக் காணத் தொடங்கிவிட்டான். மூக்கு அவனது உடலிலும் போராடத் தொடங்கியவுடன் வயிற்று வலியாக வெளிப்பட்டுவிட்டது. அதைத்தான் அவனது நண்பனான இன்னொரு மந்திரவாதி உணரத்தியுள்ளான். அவனது பெயர் கார்ச்சனன்.

மந்திரவாதி கார்ச்சனனிடமிருந்து தூது வந்த புறாவின் சடலத்தை அறுத்துப் பார்த்தான். அதுவும் ஒரு பொம்மைதான் என்று தெரிந்துகொண்டான். அந்தப் பொம்மை அவனது பொம்மைகளைவிட வித்தியாசமானதாக இருந்தது. அதன் அங்கங்கள் எல்லாம் தனித்தனியே பகுதிகளாகப் பிரிந்து கிடந்தது. பலவிதமான இயந்திரங்களைக் கண்ணாடி நூல்களால் இணைத்து அந்தப் பொம்மை உருவாக்கப் பட்டிருந்தது. அந்த நூல்களின் வழியே ஒரு அரூபமான சக்தி வழிந்துகொண்டிருந்தது. கார்ச்சனன் இதைப் பற்றி

மந்திரவாதியிடம் ஏற்கனவே விவாதித்திருக்கிறான். ஒரு மலைக்காட்டில் மின்னல்களைப் பிடிக்கப்போவதாகக் கூறிவிட்டுச் சென்றவனுடன் கடிதத்தொடர்பில் இருக்கவே மந்திரவாதி புறா பொம்மைகளுக்கு உயிர்த்தோற்றம் கொடுக்கத் தொடங்கியிருந்தான். அந்தப் பொம்மையை ஆராய்ந்ததில் கார்ச்சனன் மின்னல்களைப் பிடிப்பது மட்டுமல்லாமல், அவற்றை பயன்படுத்தவும் தொடங்கிவிட்டான் என்று புரிந்தது.

34. இழக்கக் கூடாதது

முன்பொரு காலத்தில் ஒரு மந்திரவாதி தான் முதன் முதலில் காதலித்த பெண்ணை ஒரு அருவியின் மேல் அழகாக வளைந்திருந்த பாலத்தைக் கடக்கையில் சந்தித்தான். அவளுக்கு அவனை அடையாளம் தெரியவில்லை. தன் இளம் வயதில் அவனை அவள் காதலிக்கவும் இல்லை. அப்பொழுதெல்லாம் அவன் மந்திரவாதியும் இல்லை. இவனே அவளை நிறுத்தி என்னை நினைவிருக்கிறதா என்று கேட்டான். இல்லையே உங்களைப் பார்த்தது போல் நினைவே இல்லையே என்று அவள் கூறியவுடன், தன் மந்திர சக்தியினால் அவளின் மேல் அவனுக்கு இருந்த பரிசுத்தமான அந்தக் காதலின் நிகர் பிரதியை சிந்தனைப் புழுவாய் அவளது மூளைக்குள் செலுத்தினான். இவன் பாலத்தின் அந்த முனைக்கும் அவள் பாலத்தின் இந்த முனைக்கும் வந்த பொழுது அவள் நினைவு கூர்ந்து திரும்பினாள். இவனைக் காதலின் அனைத்துப் பிணியும் பிணைப்புமாய் பார்த்தாள். அவன் அத்தனை நாட்களாக மனதில் சுமந்த காதலை அவளது முகம் பிரதிபலித்தது. அப்போது அவளது கண்களில் கண்ட ஏக்கத்தை அவனால் தாங்கிக்கொள்ள முடியவில்லை. இவ்வளவு பலவீனமானவனா நான் என்று வெட்கப்பட்டான். தான் எத்தகையதொரு மந்திரவாதி என்ற

கர்வம் அவனைச் சிதறடிக்கத் தொடங்கியது. ‘இப்படியா ஆழ்ந்து போகிறேன் நான், இப்படிப்பட்ட உணர்ச்சி என்னுள் உள்ளதா’ என்று அவனுள் ஒரு ரௌத்திரம். அவளை நோக்கி வேகமாக நடந்தான். அவள் நின்றிருந்த இடத்தை அடைந்தவுடன் தனக்கு நிகரான மந்திர சக்தியை அவளும் கொண்டவள் போல் அவளுக்கு ஒரு பிரமையை ஊட்டினான். இப்போதும் அவள் கண்களில் அதே ஏக்கம் உள்ளதா என்று நோக்கினான். அவளோ தனக்கு இல்லாத மந்திர சக்தியின் மமதையில் தனது விரலைச் சொடுக்கினாள். எந்த ஒரு மந்திரமும் நடக்கவில்லை. பயந்து அதிர்ச்சியில் மந்திரவாதியை விட்டுப் பரிதவித்து அகன்று இழக்கக் கூடாததை இழந்ததுபோல் பித்து நிலைக்குப் பிறழ்ந்து அந்தப் பாலத்தைக் கடக்க முடியாதவளாய் முன்னும் பின்னும் அலைய ஆரம்பித்தாள்.

35. கூத்தாடிகள்

முன்பொரு காலத்தில் ஒரு மந்திரவாதி சில கூத்தாடிகளுடன் சினேகிதம் வைத்திருந்தான். அவர்கள் ஓயாமல் ஊர் பிரச்சினையைப் பேசிக்கொண்டே இருப்பார்கள்.

காலம் காலமாக இதிகாசங்களையும் புராணத்தையும் மலினமான நகைச்சுவையையும் அற்ப சுவாரஸியங்களையும் கூத்து கட்டிக்கொண்டிருந்தவர்கள் சமீபத்தில்தான் இப்படி நாட்டு நலன், மக்கள் தொண்டு என்று புதுவிதமாகக் கூத்து கட்டத் தொடங்கிவிட்டனர். ஆனால் அவர்களுக்குக் கொஞ்சமும் ஆத்மார்த்தமான அக்கறையோ மனமுவந்த ஈடுபாடோ இந்த சங்கதிகளில் கிடையாது என்று மந்திரவாதி அறிவான். அவர்கள் அதே பழைய கூத்தைதான் இன்னும் ஆபாசமாகக் கட்டுகிறார்கள். நடுவில் சமுதாயம், சீர்திருத்தம் என்று சில புழுகுகளைச் சேர்த்துக் கொள்கிறார்கள்.

பெரும் பஞ்சகாலம் முடிந்து அப்போதுதான் ஊரார் இரண்டு வேளை உணவு, கையில் கொஞ்சம் காசு என்ற நிலைமையை அடைந்திருந்தனர். அவர்களிடமிருந்து அதையும் பிடுங்குவதற்கு இதுதான் ஏற்ற வழி என்று கூத்தாடிகள் தீர்மானித்து விட்டனர். ஊரில் பல பேர் பரோபகாரத்திற்காகத்தான் கூத்து என்று

மெல்லப் பேசிக்கொண்டே அவர்களும் கூத்தாடிகளாக மாறத் தொடங்கிவிட்டனர். ஆனால் கூத்தாட்டமும் அவர்களுக்குக் கைவரவில்லை. காமாசோமா என்று சுமாராக ஆடிக்கொண்டே சமத்துவம், புரட்சி என்று தன் தெரிவுக்கு அப்பாற்பட்ட வார்த்தைகளை லஜ்ஜையில்லாமல் சேர்த்துக்கொண்டு கூத்தையும் கெடுத்து மக்களின் முகத்தில் சேற்றையும் பூசியது அந்தக் கூத்தாடிக் கூட்டம். மந்திரவாதி இந்தக் கூத்தாடிகள் எத்தகைய ஒழுக்கமற்ற பேமானிகள், தீரமில்லாத நபுன்சகர்கள் என்று அறிவான்.

ஒரு நாள் மந்திரவாதி கூத்தாடி அயோக்கியர்களுக்கெல்லாம் தலைவன் போல் பம்மாத்து செய்து வந்த ஒருவனுடைய கூத்தைப் பார்க்கச் சென்றான். அவன் ஆடத்தெரியாமல் சொதப்பி திடீரென்று வீரவசனம் பேசும் தருணத்தில் அவனுக்குப் பாடம் புகட்ட ஒரு மந்திரம் போட்டான் மந்திரவாதி. அந்தக் கூத்தாடி போட்டிருந்த வேடமெல்லாம் மறைந்து அரிதாரம் எல்லாம் காணாமல் போய் சவுரியெல்லாம் இல்லாமலாகி ஒட்டுத்துணியில்லாமல் அவன் மேடையிலேயே அம்மணமாக மாறினான். மந்திரவாதிக்கு அவனை மரணகேலி செய்துவிட்டோம் என்று ஒரே குஷி. கூத்தாடியோ ஒரு வினாடி கூட கலங்கவில்லை.

> ‘அறவாழி அந்தணன் அருகக்கடவுள்
> அத்தனை சினங்களையும் தாண்டி
> சர்வத்தையும் உணர்ந்த
> மகாவீரரின் மறுஅவதாரம் நான்தான்
> இதோ என் நிர்வாணம்’

என்று மேடையிலேயே சிலையாக அவன் நின்றபோது அங்கு கூடியிருந்த மக்களெல்லாம் கன்னத்தில் போட்டுக்கொண்டனர்.

அவனது உறுப்பு துதிக்கையென அவனுக்கே துதி பாடியது. மந்திரவாதி லட்சம் செருப்புகளால் அடி வாங்கியதைப் போல் உணர்ந்து, வெளிச்சமே எட்டமுடியா அடர்ந்த காடொன்றிற்குக் கிளம்பினான்.

36. கனவிலே நினைவு நாய்

முன்பொரு காலத்தில் ஒரு மந்திரவாதி அவனது கனவில் சில நாய்களை வளர்த்து வந்தான். நினைவிலும் சில நாய்களை வளர்த்து வந்தான். கனவில் வளர்ந்த நாய்கள் கவிதைகள் சொல்லும், தத்துவம் பேசும், பல விதமான சாகசங்களைச் செய்து காட்டும். நினைவில் வளர்ந்த நாய்கள் நாக்கைத் தொங்கப் போட்டுக்கொண்டு அவனிடம் எல்லையில்லாத அன்பைக் காட்டும். மந்திரவாதிக்கு ஒரு ஆசை. நினைவிலிருந்து ஒரு நாயை கனவிற்குள்ளும் கனவிலிருந்து ஒரு நாயை நினைவிற்குள்ளும் அழைத்து வந்து அவை என்னதான் செய்கின்றன என்று பார்க்கவேண்டும் என்று. இந்த ஆசையை நிறைவேற்ற அவனது குருவை அவன் அணுகினான். ஏனெனில் அவர்தான் கனவில் ஆக்ஞையுடன் செயல்படுவது எப்படி என்று அவனுக்குக் கற்றுக்கொடுத்தது. அவனது ஆசையைக் கேட்ட குரு அதனை அவன் சம்மதித்தால் உடனே சாத்தியப்படுத்த முடியும் என்றார். ஆனால் அது மனித மனம் என்ற கூடாரத்தை நிலத்துடன் பிணைக்கும் ஆணிகளில் ஒன்றைப் பிடுங்குவதற்குச் சமம் என்று எச்சரித்தார். ஆனாலும் அவன் உறுதியாக இருந்தான். குரு ஒரு கமண்டலத்திலிருந்து நீரைக் கீழே ஊற்றினார். அந்த நீர் பூமியில் விழாமல் காற்றில் எழுதத் தொடங்கியது.

'இது எப்படி சாத்தியம்!

எதாவது புது மந்திரமா' என்று அவன் வினவினான்.

அதற்கு அவர், நீ கனவில் இருக்கிறாய் அதனால்தான் இது சாத்தியப்படுகிறது என்றார். அவரிடத்திலிருந்து புறப்பட்டு வீடு திரும்பும் வழியெல்லாம் அவன் நோட்டம் விட்டுக்கொண்டு வந்தான். கனவின் சாயலே இல்லாமல் எல்லாம் இயல்பாக இருந்தது. நேரமும் எப்போதும் போல் நகர்ந்தது. அவன் வீட்டை அடைந்ததும் அவனது நாய்கள் அவனை நோக்கிப் பாய்ந்தோடி வந்தன. அதில் ஒரு நாய் கனவில் அவன் வளர்த்து வந்த நாய். அது அவன் காதில் நினைவில் இருக்கும் நாய்கள் அடிமுட்டாள்களாக உள்ளதாக முணுமுணுத்து ஏளனமாக சிரித்தது. கனவுக்கும் நினைவுக்கும் அவன் தூக்கம் என்ற வாயிலில்லாமலேயே செல்ல ஒரு உபாயத்தைத் தன் மோப்ப சக்தியால் கண்டுபிடித்துவிட்டதாகவும் தனது மோப்ப சக்தியால் அறிய முடியாததென்று நினைவு உலகத்தில் ஒன்று கிடையாதென்றும் பெருமைப்பட்டது. மந்திரவாதிக்குக் களைப்பு கண்ணைச் சொக்கியது. மெத்தையில் பொத்தெனத் தூங்கிப் போனான். கனவுலகத்தில் அவனது செல்ல நாயுடன் மற்ற நாய்கள் ஓடி விளையாடிக்கொண்டிருந்தன. அவனது குருவைத் தேடி மீண்டும் பயணப்பட்டான்.

37. முதல் விருந்து

முன்பொரு காலத்தில் ஒரு மந்திரவாதி அவனிடம் யார் அவனது பெயரை வினவினாலும் பொய்யானதொரு பெயரைக் கூறிவிடுவான். அந்தப் பெயர்களைக் கூறிய மாத்திரத்தில் அவற்றுக்கான பொய்யான கதைகள் அவன் மனதில் தோன்றிவிடும். அத்துடனல்லாமல் அவனால் அவன் கூறிய பல பெயர்களின் மேல் அவை முரண்படாமல் மோதிக் கொள்ளாமலிருக்கும் மந்திரத்தைப் பதிக்க முடியும். உதாரணமாக ஒரு ஜோதிடரிடம் தன் பெயரைச் சொல்லி ஒரு போர்வீரனாக அறிமுகம் செய்து கொண்டான். அவரது மனைவியிடம் வேறு பெயர் சொல்லி இன்னும் சில காலத்தில் நெடும் பயணம் மேற்கொள்ளப்போகும் மாலுமியாக அறிமுகம் செய்து கொண்டான். அவர்களது மகனிடம் தன்னை அழகழகான பல விலைமகளிரின் தரகனாக அறிமுகம் செய்து கொண்டான். அவர்களது மகளிடம் தன்னை ஒரு புடவை வியாபாரியாக அறிமுகம் செய்து கொண்டான். எல்லாம் வெவ்வேறு பெயர்கள். அவர்களுடன் ஒரு நாள் இரவு விருந்துண்ணும் போது ஜோதிடர் மந்திரவாதியின் ஜாதகத்தை அவர் கணித்ததாகவும் அதன்படி அவனுக்கு உயிருக்கு ஆபத்தான கண்டம் சில

மாதங்களுக்குள் உள்ளதாகவும் கூறினார். அவரது மனைவி அவன் பல வருடங்களுக்கு முன் ஒரு தீவில் அவனது கப்பல் புயலில் அகப்பட்டு கரைதட்டியபோது அவனை அரவணைத்துத் தேற்றிய தேவதையைப் போன்றதொரு பெண்ணைப் பற்றி அவனிடத்திலிருந்து கதை கேட்டுக்கொண்டிருந்தாள். அவளது மகளோ அவனிடம் சூசகமாக அவன் அவளுக்குத் தருவதாக வாக்குறுதியளித்த வைரம் பதித்த ஜரிகைப் புடவையை நினைவூட்டினாள். அதற்காக அவள் எதுவும் செய்யத் தயார் என்று கண் காட்டினாள். ஜோதிடரின் மகனுக்கு மந்திரவாதியைத் தன் தந்தையிடம் ஒரு போர் வீரனாகவும் தாயிடம் ஒரு மாலுமியாகவும் தங்கையிடம் ஒரு புடவை வியாபாரியாகவும் அறிமுகப்படுத்தியது நினைவிருந்தது. தன் இச்சைகளுக்காக இத்தகையதொரு தரகனை வீடு வரை அழைத்து குடும்பத்தோடு விருந்துண்ண விட்டுவிட்டோமே என்று குற்றவுணர்ச்சி மகனுக்கு. மந்திரவாதியோ அந்த வாலிபனின் தலையிலிருக்கும் சொற்களை மெல்ல முடுக்கிக் கொண்டிருந்தான். இந்த விளையாட்டுடன் விருந்துண்ணும் சுகம் அவனை மேலும் வெறிகொள்ளச் செய்தது.

38. நெட்டிமுறிச்சான்

முன்பொரு காலத்தில் ஒரு மந்திரவாதி நெட்டிமுறிச்சான் என்றொரு செடியைத் தேடி மலை மலையாய் அலைந்து கொண்டிருந்தான். ஒரு மந்திர நூலில் அந்தச் செடியைப் பற்றிய குறிப்பு மிக அலட்சியமாக ஒரு வரியில் கொடுக்கப்பட்டிருந்தது. அதன்படி அந்தச் செடியை எந்த ஜீவராசி தின்றாலும் அது ஓரறிவு அதிகம் அந்த ஜென்மத்திலேயே அடைந்துவிடும். அதனை மக்க வைத்து வேறொரு மரத்திற்கு உரமாகப் போட்டால் அந்த மரம் 'தான்' என்ற உணர்ச்சியில் நெளிந்தசைய ஆரம்பிக்கும்.

அந்தச் செடியை ஒரு குரங்கு ருசித்தால் அதற்குக் கணிதம் சாத்தியப்படத் தொடங்கும். மந்திரவாதி அந்தச் செடியை ருசித்தே தீர வேண்டும் என்று மிகத் தீவிரமாக இருந்தான்.

வாவீகம் என்று குறிப்பில் அறியப்பட்ட அந்தச் செடிதான் பேச்சுவழக்கில் நெட்டிமுறிச்சான் செடி என்று அறியப்பட்டது என்று மந்திரவாதி பெரும் ஆராய்ச்சியின் முடிவில் உறுதி செய்து கொண்டான். அதனை நேரில் பார்த்தவர்கள் யாரும் இல்லையென்றாலும் அதன் பெயர் காரணங்கள் சில பேச்சுப் புழக்கத்தில் இருந்தன. சூரிய உதயத்தின் பொழுது அந்தச்

செடியின் அத்தனை இலைகளும் அதன் தண்டின் பால் சுருங்கி விரியும், இது நெட்டி முறிப்பது போல் இருக்கும் ஆகவே அதற்கு அந்தப் பெயர் என்று சிலர் கூறினர். சில வைத்தியர்கள் அந்தச் செடியின் இலைகளைக் காய்ச்சி கசாயம் செய்து குடித்தால் நம் உடம்பு பாகம் பாகமாகத் தானாகவே நெட்டி முறித்துக்கொள்ளும் என்றும் ஆகவே பல நோய்களைத் தீர்க்கும் ஔடதமாக இந்தச் செடியால் முடியும் என்றும் நம்பினர். அதன் ஒவ்வொரு கிளையும் தன்னைத் தானே முறித்துக்கொண்டு கீழே தொங்கி மீண்டும் அதிலிருந்து வேறு கிளைகள் வளர்வதினால் அந்தப் பெயர் என்று சிலர் கூறிவந்தனர். மந்திரவாதி அந்தச் செடியைத் தன் தொண்ணூற்று ஒன்பதாவது வயதில் கண்டுபிடித்தான். எழுபது ஆண்டு காலம் தேடி அன்றுதான் கிட்டியது அந்தச் செடியின் தரிசனம். சூரியக் கதிர்கள் விடியலின் முதல் ஒளி அதன் மேல் பட அது மிக அழகாக நெட்டிமுறித்தது. ஒரு செடியால் இதனைச் செய்ய முடியும் என்று பார்ப்பதற்கு எழுபதாண்டு காலம் அலைந்ததில் நட்டமொன்றும் இல்லை என்று இன்பமாகப் புன்னகைத்து தானும் அன்றைய நாளை வாழும் குறும்பில் நெட்டிமுறித்தான் மந்திரவாதி.

39. முள்

முன்பொரு காலத்தில் ஒரு மந்திரவாதியிடம் ஒரு மந்திரக்கோல் இருந்தது. அதன் உடலெங்கிலும் பல திருகுகள் இருந்தன. அந்த மந்திரக்கோல் ஓர் அதிசயமான முள்ளம்பன்றியின் உடலில் நடுநாயகமாக பல ஆயிரம் ஆண்டு காலம் அதற்கு முன்னர் குத்திக்கொண்டிருந்தது, பிறகே அது மந்திரவாதியின் மந்திரக்கோல் ஆனது. அந்த முள்ளம்பன்றியால் பேச முடியும், பறக்க முடியும், அது சில மன்னர்களுக்கு அரசியல் ஆலோசனை தந்திருந்தது, ஒரு ஊரையே வடிவமைத்திருந்தது, கணிதம் வானஸாஸ்திரம் ரசவாதம் என்று அதற்குத் தெரியாத சமாச்சாரம் இல்லை. அதனை வியந்தவர்கள் சம்பந்தமேயில்லாமல் குத்திக்கொண்டிருக்கும் அந்தக் கோலைப் பார்த்து, அதைப் பற்றி விசாரித்தால் ஒவ்வொருவரிடத்திலும் ஒவ்வொரு மாதிரி விடையளிக்கும் அந்த முள்ளம்பன்றி. ஒருவரிடம் அதனைப் பிடுங்கினால் தன் வாழ்க்கையிலிருந்து ருசி என்ற படிமமே மறைந்துவிடும் என்று கூறும். இன்னொருவரிடத்தில் அதைப் பிடிங்கி விட்டால் தன்னால் பறக்கவே முடியாது என்று பரிதாபம் தேடும். மற்றொருவரிடத்தில் அதனைப் பிடுங்கிவிட்டால் தனக்குத் தெரிந்த மனித மொழிகளெல்லாம் மறந்துவிடும் என்று பிலாக்கணம் வைக்கும்.

இப்படி ஆயிரக்கணக்கான பேர்வழிகளிடம் ஆயிரக்கணக்கான காரணங்களை அது சொல்ல, அந்த அத்தனை காரணங்களும் மந்திரவாதியின் காதுகளில் புரளிகளாய் ஆலவட்டம் அடித்துக்கொண்டே இருந்தன. கடைசியாக மந்திரவாதி அந்த முள்ளம்பன்றியை நேரில் சந்தித்தான். பார்த்தவுடனேயே அவர்கள் ஆருயிர் தோழர்கள் ஆகிவிட்டனர். ஒரு முழுநாள் பொழுது ஆத்மார்த்தமான சம்பாஷணைகளில் முள்ளம்பன்றி எந்தவொரு தயக்கமுமின்றித் தனக்குத் தெரிந்த மந்திர ரகசியங்களையெல்லாம் பகிர்ந்துகொண்டது. இப்படியொரு ஞானியின் தோழமையை சர்வசாதாரணமாக சம்பாதித்து விட்டோமே என்று பூரிப்படைந்தான் மந்திரவாதி. அப்போதுதான் அவன் கண்களில் அந்தக் கோல் முள்ளம்பன்றியின் முதுகில் சொருகி இருப்பது கண்ணில் பட்டது. கொஞ்சமும் தயக்கமின்றி அதனைப் பற்றி எதுவும் விசாரிக்காமல் மந்திரவாதி அதனைப் பிடுங்கிவிட்டான். முள்ளம்பன்றி அந்தத் தருணமே உயிரை விட்டது. மந்திரவாதி எத்தனையோ தடவை அந்தக் கோலை மீண்டும் சொருக முயற்சித்தும் யாதொரு பயனும் இல்லை.

அன்றெல்லாம் அழுது புலம்பிய மந்திரவாதி முள்ளம்பன்றியை உரிய முறையில் தகனம் செய்துவிட்டு பெரும் குற்றவுணர்ச்சியில் அந்த மந்திரக்கோலை ஆராய்ந்தான். அந்தக் கோலின் உடலெங்கும் விதவிதமான திருகுகள் இருந்தன. ஒவ்வொரு திருகின் பக்கத்திலும் முள்ளம்பன்றியின் ஓர் உணர்ச்சி மிகுந்த முகபாவத்துடனான அதன் உருவச்சித்திரம் மெல்லியதாகச் செதுக்கப்பட்டிருந்தது. ஒரு சித்திரத்தில் முள்ளம்பன்றி இன்பப் பூரிப்புடன் இருந்தது. இன்னொன்றில் அதற்கு ஓர் இறக்கை விரிந்திருந்தது. மற்றொன்றில் அது ஓர் ஓலைச்சுவடி வைத்துக்கொண்டு யோசித்தபடி இருந்தது. வேறொன்றில் அது அமைதியான தியானத்தில் இருந்தது. இப்படி நூற்று எட்டுத் திருகுகள். அதில் இன்பத்திற்கான திருகை மந்திரவாதி திருகினான். அவன் உள்ளமெல்லாம் மகிழ்ந்து முள்ளம்பன்றியின் மரணத்தைப் பற்றிய சோகத்தைக் கட்டோடு மறந்தான். ஆனால் முள்ளம்பன்றி ஏற்படுத்திய நட்புணர்ச்சியும் நெகிழ்ச்சியும் அவன் கண்களில் ஆனந்தக் கண்ணீராய்க் கொட்டியது. அத்துடன் அந்தக் கோல் அதை

ஏந்திக்கொண்டிருந்த அவன் கைகளை ஒரு திசையில் திருப்பியது. அவனும் அந்தக் கோல் காட்டும் திசைகளில் பயணப்படத் தொடங்கினான். வருடங்களைக் கண்டுகொள்ளாமல் அதில் பயணப்பட்டுக்கொண்டே இருந்தவனைப் பார்ப்பவரெல்லாம் கேட்பது அவன் ஆனந்தத்தின் ரகசியம் என்னவென்றுதான். அதற்கு காலையிலெழுந்ததிலிருந்து அவன் செய்யும் காரியங்களின் அட்டவணையையும் சில நூறு சில்லறைத் தத்துவங்களையும் பதிலாகக் கூறுவான் அந்த மந்திரவாதி. அவன் கையில் இருந்த மந்திரக்கோல் அவனை வேறொரு திருகில் கை வைக்காமல் பார்த்துக்கொண்டது.

40. பிம்பம்பம்

முன்பொரு காலத்தில் ஒரு மந்திரவாதி தன் சகாவான குசா என்கிற குட்டிச்சாத்தானுடன் காலார கடற்கரையில் நடந்துகொண்டிருந்தான். அப்போது குசா அஹாஹா என்று சிரித்துக்கொண்டு மணலை நோக்கி ஓட, மந்திரவாதி பின் தொடர்ந்தான். அது கைநிறைய மண்ணை அள்ளி நீர் போல் தன் முஷ்டியைக் கொஞ்சம் விலக்கிக் கொட்டியது. கடற்கரையில் விழுந்த மணல் அழகழகான சிற்பங்களாக தரையைத் தொட்டன. குசாவுக்கு ஒரே ஆனந்தம். உனக்கு இது அலுக்கவே அலுக்காதா என்று மந்திரவாதி கேட்க குசா குதித்து குதித்துச் சிரித்தது. என்னதான் மந்திரவாதி சினேகிதனாக இருந்தாலும் குசா அவனிடம் ஜாக்கிரதையாகவே இருந்தது. அவன் விஷமம் பிடித்தவன். ஆழங்களை சட்டைப் பையில் வைத்திருப்பவன். இந்தப் பிரபஞ்சமே தான் ஏற்படுத்திய ஒரு சின்னச் சித்து வேலைதான் என்று அவன் கூறிவிடுவானோ என்று குசா பயந்தது.

மந்திரவாதியின் கருவிழியில் ஒரு அறையின் பிம்பம் இருந்தது. சாளரமும் மேஜை நாற்காலிகளும் தரைவிரிப்புகளும் கொண்ட அந்த அறையின் நடுவே அமைந்த கதவு வழியே மீண்டும்

அதே அறை தெரிந்தது. இப்படி அறையறையாய் நகர்ந்து கொண்டே செல்லும் ஒரு முடிவிலி. மந்திரவாதியின் வலது கண்ணை ஆர்வமாக எவரேனும் உற்றுப் பார்த்தால் அந்த அறையினுள் சென்றுவிடுவர். பின்பு அந்த அறையில் நிகழும் குறிப்பிட்ட ஒரு நாடகத்தில் தான் ஒரு கதாபாத்திரம் என்ற நினைப்பில் நடிக்கத் தொடங்கி அந்த நாடகத்தின் கதை நகர்வில் ஏதோ ஒரு தருணத்தில் அது நாடகம் என்பதை உணர்ந்து அடுத்த அறைக்குச் செல்வர். அங்கு வேறொரு நாடகம் - வோறொரு கதாபாத்திரம். மந்திரவாதி இப்படி நூற்றுக்கணக்கானோரை இதுவரை சிக்க வைத்துவிட்டான். அவர்கள் குடும்பத்தில் அவர்களைத் தேட மாட்டார்களா என்று குசா குறையாகக் கேட்டது.

'அந்த அக்கறை அவர்களுக்கு அல்லவா இருக்க வேண்டும்! ஏன் அவர்கள் அடுத்தடுத்த அறைகளுக்கு நகர்கிறார்கள், பிடித்துத்தானே!' என்று மந்திரவாதி சப்பைக்கட்டு கட்டினான்.

'அந்த அறைகளுக்கெல்லாம் முடிவேதும் உண்டா', என்று குசா குடைந்தது.

'அதனை முடித்து வைக்க முடியும். யாராவது ஒருவர் கதை என்ற தன்மையையே நிராகரித்து நாடகத்தை முடிக்கும் போது நிச்சயம் அந்த அறைகளைத் தடுத்து அங்கிருக்கும் அத்தனை நபர்களுக்கும் விடுதலை வாங்க முடியும்', என்று மந்திரவாதி வாக்களித்தான்.

'நீ ஏன் உள்ளே போகக்கூடாது?' என்று மந்திரவாதி வினவ,

குட்டிச் சாத்தான் வெட்கப்பட்டு சிரித்துக் கொண்டே மணலை சிற்பங்களாகப் பொழிந்தது. அங்கு ஒரு யானை, ஒரு குதிரை, ஒரு சிறுத்தை, ஒரு பாம்பு, ஒரு பருந்து, ஒரு ஈட்டி ஏந்திய மனிதன், ஒரு மலை இவையெல்லாம் உருவச்சுத்தத்துடன் சிலைகளாகக் கிடந்தன.

41. போர்ச்சுழி

முன்பொரு காலத்தில் ஒரு மந்திரவாதி ஜீவன்களை இயக்கும் இச்சைகளையும் அவ்விச்சைகளைத் தடுத்துத் தாழிடும் மனக்கட்டுப்பாடுகள், சோர்வு, ஆற்றாமை மற்றும் விரக்தி பற்றியும் ஆராய்ந்து வந்தான். ஆன்மாவுடன் உடல் கூடும் சங்கமத்தை அறுத்து விட்டால் சொல்பேச்சுக்கு ஆடும் பொம்மைகளைப் போல் சரீரங்களை அமைத்துக்கொள்ளலாம் என்று கண்டுபிடித்தான். ஜீவன்களின் மொழிப்பாகுபாட்டிற்கு அப்பால் தகவல்களைக் கடத்த அவனிடம் இருந்த மந்திர சக்தியை ஒரு ரீங்காரமான பொதுமைக்குக் கொண்டு வந்தான். அந்தப் பொதுமைக்கு 'ழக்கு' என்று சில மந்திரப் புத்தகங்களில் பெயர் கொடுக்கப்பட்டிருந்தது.

முதன் முதலில் அவனால் ஒரு ஈயை வாழை இலையில் ஓட்டைப் போடும் அளவுக்கு முடுக்க முடிந்தது. பிறகு ஒரு பூனையை ஒரு அங்காடியில் பிடிபடாமல் ஓட வைத்தான். அதன்பின் இன்னும் பெரிய அளவில் சில காரியங்கள் செய்ய ஆசைப்பட்டபோது, பாசறையின் லாயனுடன் தொடர்பு ஏற்பட்டது. மந்திரவாதியே நூறு குதிரைகள் கொண்ட ஒரு

லாயத்தை வைத்திருந்தது அவர்களது நட்புக்கு சௌகரியமாக இருந்தது. அதிவிரைவாகத் தூதனுப்ப, தற்கொலை என்று வகுக்கும் அளவு பழியாய் ஓடிச்சேர, அழகான இரண்டு பத்மசுழி கொண்ட வெள்ளைப் பரிகளைத் தேர்வு செய்து செயல்படுத்தினான். அவையும் சதையனைத்தும் உட்கிழிந்து குருதி வெடித்து இறக்கும்வரை ஓடிச்சேர்ந்து உயிர்விட்டன.

இதனைக் கேள்விப்பட்ட தளபதி இதனைப் போரில் அமல்படுத்த முடியுமா என்று மந்திரவாதியைக் கலந்தாலோசிக்க, அதில் ஒரு யுக்தி பிறந்து பரிசோதனை என்றளவிற்கு நகர்ந்தது. அதற்குச் சாதகமாக பட்டத்து இளவரசனின் தலைமையில் ஒரு சிறிய படை, தங்கள் ராஜ்ஜியத்தின் அதிகாரத்திலிருந்து விடுதலையடைய முடுக்கிக்கொண்டிருந்த ஒரு சிறிய பாளையத்தை நோக்கி நகர இருந்தது. அதன் குதிரைப்படையில் ஒரு பிரிவிற்கு மந்திரவாதி பொறுப்பேற்றான்.

போர் தொடங்கியவுடன் அனைவரையும் ஆச்சரியப்படுத்தும் வண்ணம் மந்திரவாதி தன் குதிரை வீரர்களுடன் தாக்குதலுக்காக விரைந்தான். எதிரிகளின் அம்புகள் போட்ட வேலியைத் தாண்டுகையில் மந்திரவாதி பின்தங்க மற்ற வீரர்கள் அவனைத் தாண்டி வளைத்துக்கொண்டு அதிவேகமாக விரைந்தனர். மந்திரவாதி தன் குதிரையோடு நின்றயிடத்தில் இருமருங்கும் வட்டமடித்தான். ஒரு ஷணம் தன் படை எது எதிரியின் படை எதுவென்று மறந்தது. அவனைத் தாண்டிச் சென்ற அத்தனை குதிரை வீரர்களும் அணிந்திருந்த முகமூடியை அவனும் போர்க்களத்தின் நடுவில் அணிந்துகொண்டான்.

42. தரைவானம்

முன்பொரு காலத்தில் ஒரு மந்திரவாதி முதன்முதல் ஒரு மந்திரவாதினியைக் கண்டவுடன் வெண்கடலில் இரவுகொண்ட தீவினைப் போன்ற அவளது விழியில் மையல் புதைந்து காதலுற்றான். அவளது மந்திரங்களும் அவை செய்த மாயமும் அவளது கன்னக்குழி வலதில் மாறிய திசைவெளிகளைப் போல் அழகு பொதிந்திருந்தன. காற்று அடிக்கிறதா என்று சிறுவர்களை வினவி பின்பு தன் நகத்தால் அந்தரத்தில் ஒரு நீல முக்கோணம் வரைந்தாள். தென்றல் அதனைக் கலைத்துக்கொண்டு சென்றது. சிறுவர்கள் கைதட்டி கலவரத்துடன் ஆர்ப்பரித்தனர். ஒரு மூடிபோட்ட கண்ணாடி ஜாடிக்குள் இரவானால் மழை பொழிய ஆரம்பித்து விடும், அதுதான் அவளுடைய கடிகாரம். கவிழ்த்தால் தன் பொருட்களைக் கீழே கொட்டாத மான் தோலாலான வாய்திறந்த பையில் முப்பத்திரண்டு பற்களை, தன் மூதாதையரின் பற்கள் என்று கூறி வைத்திருந்தாள். அவள்தான் அவனுக்கு அவளைப் போன்ற பிற மந்திரவாதினிகளை அறிமுகம் செய்தாள். அவர்களில் ஒருத்தியை மந்திரவாதினிகளின் கிராமத்தில் ஒரு குடிலில் அடைத்து வைத்திருந்தனர். அந்தப் பெண் நாளெல்லாம் அலறிக்கொண்டிருந்தாள். மந்திரவாதி ஏன் என்று வினவ அந்தப் பெண்ணுக்கு ஒரு நோய் உள்ளது என்று மந்திரவாதினி தெரிவித்தாள். அந்தப் பெண்ணின் பாதங்களால் தரை தொட முடியாது.

43. இன்னொரு மந்திரவாதி

முன்பொரு காலத்தில் ஒரு மந்திரவாதி ஒரு ஆராய்ச்சிக்காக ஒரு கிராமத்தில் தண்டோரா போடுபவனாகச் சிறிது காலம் பணியாற்றினான். அவன் தனது தண்டோரா பறையில் எல்லாவற்றுக்கும் எதிரான மனநிலை தரும் மந்திரத்தைப் போட்டு ஒலிபரப்பிவிடுவான். பிறகு சொல்ல வேண்டிய செய்தியைக் கூப்பாடு போடுவான்.

'இதனால சகல ஜனங்களுக்கும் நான் சொல்லிக்கிறது என்னனா நாளைக்கு புள்ளையார் கோயில் கிட்ட பஞ்சாயத்து கூடுது டம் டம் டம் டம்...'

என்று அவன் கூறினால், அடுத்த நாள் ஒரு ஈ காக்கா அங்கு வராது. பிறகு வராததற்கு ஒருவருக்கு ஒருவர் பலவிதமான சாக்குப்போக்குகளும் சப்பைக்கட்டுகளும் அள்ளிவிடுவர்.

இதனால் திருவிழாக்கள் வெறிச்சோடின. முக்கியஸ்தர்களின் வீட்டு விஷேசங்கள் புறக்கணிக்கப்பட்டன. கிராமத்தில் ஊர் சேர்ந்து ஆகவேண்டிய பல்வேறு காரியங்கள் தடைபட்டு, அனைத்தும் நிர்மூலத்தை நோக்கி நகர்ந்துகொண்டிருந்தது. அப்போதுதான் தீர்த்தயாத்திரைக்குச் சென்றிருந்த பிரதான தண்டோராக்காரன் ஊர் திரும்பினான். அவன் வேலைகளை

சரிபாதியாக மந்திரவாதியுடன் பிரித்துக்கொண்டான். அவனது ஒவ்வொரு தண்டோரா அடியும் ஊரைப் பழைய கதிக்குத் திருப்பிக்கொண்டிருந்தது. மந்திரவாதியின் தண்டோராவில்தான் ஏதோ பிரச்சினை என்று முடிவுக்கு வர அந்த ஊருக்குச் சில மாதங்கள் தேவைப்பட்டது. உண்மையை வெளிக்கொணர மந்திரவாதியை மரத்தில் கட்டி வைத்து அவர்கள் சவுக்கால் அடித்து உரிக்க முற்பட்டபோது, அவன் மேல் விழுந்த அடிகளெல்லாம் பஞ்சாய் போயின. அவன் ஆணவமாய் சிரிக்கச் சிரிக்க அத்தனை பேரும் பதறினர். ஊரின் தலையாரி சவுக்கால் அடித்துக்கொண்டிருந்தவனிடமிருந்து அந்தச் சாட்டையைப் பிடுங்கி அவரே அடிக்க ஆரம்பித்தார். அப்போதும் அவன் மேல் விழுந்த எந்த அடியும் ஒரு சிரிய சிராய்ப்பைக் கூட ஏற்படுத்தவில்லை.

அடித்துக் கலைத்து மூச்சுத்திணறிக்கொண்டிருந்த தலையாரியின் கைகளிலிருந்து சாட்டையை மீண்டும் வாங்கிக் கொண்டான் அந்த ஊரில் ஓர் ஆராய்ச்சிக்காக ஊடுருவியிருந்த இன்னொரு மந்திரவாதி. பச்சை நிற யவன மது ஒன்றைக் குடித்துள்ள தாகக் காட்டிக் கொண்டு இந்தக் காட்சியை கேலியும் கிண்டலுமாக ரசிக்க ஆரம்பித்தான் இன்னொரு மந்திரவாதி.

44. அபூத்தம்

முன்பொரு காலத்தில் ஒரு மந்திரவாதி ஆற்றங்கரையில் ஆஜானுபாகுவாக வளர்ந்திருந்த புளியமரங்களைக் கடந்து செல்கையில் ஒரு அழகதிர்ந்த குரலால் பெயர் சொல்லி அழைக்கப்பட்டான். அந்தக் குரலின் திசையில் தேட அங்கொரு இமை மூடிய சிலையின் தலை மட்டும் குத்துக்கல்லாகக் கிடந்தது. அந்தச் சிலையிடம் தன்னை அழைத்தமைக்கான காரணத்தை மந்திரவாதி கேட்டபோது, அது அவனைப் பல எதிர்க்கேள்விகள் கேட்டது. அதற்கு அவன் தன்னால் ஆன வரைக்கும் நேர்மையாக பதிலளித்தான்.

நீ வாழ்க்கையில் எதைத் தேடுகிறாய்?

எல்லா பூட்டையும் திறக்கவல்ல ஒரு சாவி உள்ளது அதைத்தான் நான் தேடிக்கொண்டிருக்கிறேன்.

நான் அதைக் கேட்கவில்லை உன் பிறப்பின் அர்த்தம் என்ன?

எங்கள் வம்சத்தில் பிறந்த குழந்தைகளையெல்லாம் ஒரு தங்கத் தொட்டிலில் போடுவோம். அவை உடனேயே மொழிபெற்று தன் வாழ்நாளில் நடக்கப்போவதையெல்லாம் உரைநடையாகக் கூறிவிட்டு அத்தனையையும் மறந்து மீண்டும் பிஞ்சுக் குழந்தை ஆகிவிடும். அவை கூறியவற்றையெல்லாம் குலத்தின் மூப்பர்

வேகமாகக் குறிப்பெடுத்து, அந்த ஓலைச்சுவடிகளைத் தங்கப்பூண் சுற்றி அதில் பாரபட்சமான மந்திரம் ஒன்றைப் போட்டு விடுவார். அதன்படி அந்த ஓலைச்சுவடிகளை அந்தக் குழந்தை வளர்ந்தபின் கரம் பற்றப்போகும் கணவனோ மனைவியோதான் படிக்க முடியும். ஆகவே எங்கள் வம்சத்தில் எல்லா குழந்தைகளுமே கல்யாண ஆசைகளோடே வளருகின்றன. ஒவ்வொரு பிறப்பிற்கும் அர்த்தம் கல்யாணம்தான் என்பதே எங்கள் நம்பிக்கை.

நான் அதைக் கேட்கவில்லை. இந்தப் பிரபஞ்சத்தில் துன்பம் ஏன் உள்ளது? அதனை நீ எப்படி தீர்க்கப் போகிறாய்?

மந்திரக் குறைபாட்டினால்தான் இந்தப் பிரபஞ்சத்தில் துன்பம் உள்ளது யுகங்கள் புரண்டு கடைசி அழிவை நோக்கிச் செல்லச் செல்ல இவ்வுலகத்தில் மந்திரம் குறைந்துகொண்டே செல்லும். இன்னும் ஆயிரம் வருடம் கழித்து உன்னைப் போன்றதொரு சிலையின் தலை பேசாது. இந்தக் காரணத்தினால்தான் நாங்கள் வழிபடும் கடவுள் சிலைகளிடமெல்லாம் 'நீங்கள் கடவுளல்ல; கடவுளின் சிலைகள்தான். உங்களுக்குள் மந்திரம் ஏற்றப்பட்டதினால் நீங்கள் உங்களையே தெய்வமென்று நினைத்துக்கொண்டுள்ளீர்' என்று கூறிக்கொண்டே இருப்போம். அவையும் ஆணவமாய் தான்தான் கடவுள் என்று தன் பெயரையும் தன் புராணங்களையும் சொல்லிக்கொண்டே இருக்கும்.

இதனைக் கேட்ட அந்தச் சிலை தான்தான் புத்தன் என்று மீண்டும் மீண்டும் கூறியது. அதற்கு மந்திரவாதி நீதான் புத்தனென்றால் எப்படி இங்கும் இருக்கிறாய் என்று தன் துணிப்பைக்குள் கையைவிட்டு ஒரு புத்தர் சிலையை எடுத்துக் காண்பித்தான். அப்போது புத்தன் எங்குதான் உள்ளான் என்று அந்த இரண்டு சிலைகளும் வினவிய போது, மந்திரவாதி தன் மனைவியின் வாழ்க்கை எழுதப்பட்டிருந்த ஓலைச்சுவடியைத் தன் துணிப்பையிலிருந்து எடுத்து அவள் மரணிக்கும் அகவையை நோக்கினான். இது அவனுக்கு வாடிக்கை.

45. பூவிதழெல்லாம் வானம்

முன்னொரு காலத்தில் ஒரு மந்திரவாதி தன் வாழ்நாளிலேயே துக்கமான நிகழ்ச்சியைத் தன் மரணப்படுக்கையில் நினைவு கூர்ந்தான். அவன் பல வருடங்களுக்கு முன் அதுவரை கண்டிராத அழகு கொண்ட ஒரு மாளிகைக்கு அழைக்கப்பட்டிருந்தான்.

கண்ணுக்கெட்டும் தூரம் வரை பரப்பு கொண்ட அந்த மாளிகை இருந்த நிலத்தில் நிழல்களுடன் மயில்கள் விளையாடும் அடர்ந்த மரங்களையுடைய பூத்துக் குலுங்கும் செண்பக மரங்களும், கொன்றை மரங்களும், நந்தியாவட்டைகளும், அரளிச்செடிகளும், இதயமாய்த் திறந்த விதைகளுடைய பவளமல்லிகளுமாகத் தரையில் நட்சத்திரங்களைக் கொட்டியது போன்ற பூவிரிப்புடைய அற்புதம் இகல் கொள்ளாத இன்பத்தின் தோரணை செழித்திருந்தது.

சாயங்கால வெயில் என்ற பத்தரைமாற்றுத் தங்கம் அவன் கன்னத்தில் சூடேற்ற, எதில் அலங்காரம் என்றே தெரியாத அழகிய படல் ஒன்றைத் திறந்து கொண்டு அந்த மாளிகையை நோக்கி நடந்தான். அந்த மாளிகையின் சொந்தக்காரர் மந்திரவாதியைக் கண்டவுடன் அருவருப்படைந்தார். பின்பு அவனுக்கான வேலையை விவரித்தார். அந்த மாளிகையில் குடியிருக்கும் ஒரு தேவதையை அவன் விரட்ட வேண்டும்.

அதுதான் அந்த வேலை. இதைக் கேட்டவுடன் அவன் தன் கண்களை கத்தரி நிறத்துணி ஒன்றால் கட்டிக்கொண்டான். அப்போதுதான் அவன் கண்களுக்குப் புலப்பட்டது, அந்த வீட்டின் ஒவ்வொரு அணுவிலும் அந்த தேவதை வியாபித்திருந்தாள் என்பது. அங்கு அவளில்லாத நினைவென்றே ஒன்றில்லை. மந்திரவாதி முதலும் கடைசியுமாக அந்த மாளிகையின் சொந்தக்காரரிடம் கேட்டான். 'இதைச் செய்தே தீர வேண்டுமா' என்று. அவரது உடல் மட்டும் அதிர்ந்தது. மந்திரவாதி மேலும் துருவாமல் மாந்திரிகத்தில் இறங்கினான்.

அந்த இரவை அவன் அதற்குப்பின் மீண்டும் மீண்டும் கடக்காத நாளே இல்லை. அடுத்த நாள் அந்த தேவதை சாயலேயில்லாமல் அந்த வீட்டிலிருந்து அப்புறப்படுத்தப்பட்டுவிட்டாள். அந்த இடத்தின் நிலைமையை அவன் வேறொருவரிடம் வர்ணித்ததில்லை. அத்தகைய காரியத்தை இனி வாழ்நாளில் செய்வதில்லை என்று முடிவெடுத்தவன் தனது வலது கை சுண்டுவிரலைத் துண்டாய் வெட்டி படலின் அருகில் எறிந்து விட்டு தீர்த்த யாத்திரை கிளம்பினான். அந்த மாளிகையின் சொந்தக்காரரின் இதயத்திலிருந்துதான் அந்த தேவதையின் கடைசி எச்சத்தை மந்திரவாதி விரட்டினான். மந்திரவாதி உயிர் விடும் தருணத்தில் அவனது வாய் திறந்து ஒரு சொல் கூறினான் அந்தச் சொல் ஒரு பூவிதழாக மாறியது அதிலெல்லாம் வானம்.

46. வேடம்

முன்பொரு காலத்தில் ஒரு மந்திரவாதியை ஒரு ராட்சஸன் அவனது குகையில் அடைத்து வைத்து அவனுக்குக் காவலாக ஒரு பேயையும் விட்டு வைத்தான்.

அந்த ராட்சஸன் வருடா வருடம் வெளியே சென்று மான் வேட்டை ஆடி மான் ஊன் ருசித்துவிட்டு பங்குனி முடிய திரும்பி வந்து விடுவான். மந்திரவாதியை அவன் சிறைபிடித்த வருடமும் அப்படியே வேட்டைக்குச் சென்றான் ராட்சஸன். போவதற்கு முன் மந்திரவாதியைத் தப்பிக்க விடாமல் ஜாக்கிரதையாக பாதுகாக்குமாறு பேயிடம் கூறிவிட்டுச் சென்றான். பேயும் சிரமேற்கொண்டு அந்தக் காரியத்தில் கண்ணும் கருத்துமாய் இருந்தது.

காலம் கடத்த கடத்த மந்திரவாதியும் பேயும் உற்ற தோழர்களாக மாறிவிட்டனர். ராட்சஸனோ பங்குனி முடிந்தும் திரும்பவில்லை. அடுத்த பங்குனியே வந்தும் ராட்சஸன் திரும்பவில்லை. மந்திரவாதி நாளாக நாளாக பேயிடம் தன்னை விடுவிக்குமாறு மன்றாடினான்.

விடாப்பிடியாக ஒப்புக்கொள்ளாத பேய், மூன்று பங்குனிகள் கடந்து ஒப்புக்கொண்டு மந்திரவாதியை விடுவித்தது.

அப்போதுதான் அது மந்திரவாதியை முதன்முறையாக ராட்சஸன் ஏன் அவனைச் சிறைபிடித்து வைத்திருந்தான் என்று கேட்டது.

அதற்கு மந்திரவாதி, ராட்சஸனிடமிருந்து தன்னால் தப்பித்து விட முடியும் என்று தான் பந்தயம் கட்டியதாகவும் அதனை நிரூபிக்கத்தான் சிறைபட்டதாகவும் கூறினான்.

உச்சுக் கொட்டிய பேயும் மந்திரவாதியும் ராட்சஸன் என்னதான் ஆனான் என்று பார்க்க அவன் வேட்டையாடும் பள்ளத்தாக்கிற்குச் சென்றனர். அங்கு பல ஆள் உயரம் இருக்கும் ராட்சஸன் மான்கள் மேயும் புல்வெளியில் நடுநாயகமாக உட்கார்ந்திருந்தான்.

வழக்கமாக மான் தோலையெல்லாம் மான் எலும்புகளிலேயே தைத்து அணியும் ராட்சஸன் உடையின்றி வெறும் தேகமாக இருந்தான். அவனிடம் சென்று மந்திரவாதியும் பேயும் என்னதென்று விசாரித்தனர். அதற்கு ராட்சஸன் தனக்கு புலித்தோலைத் தைத்து ஆடை உடுத்த வேண்டும் என்று ஆசை வந்துவிட்டதாகவும் அதற்காக அங்கு வசிப்பதாகவும் கூறினான். அவனது அருகில் பாதி தைத்திருந்த ஆடை ஒன்று கிடந்தது. தூரங்களில் பதுங்கிப் பதுங்கி புலிகள் பூனைகள் போல் துள்ளி ஓடிக்கொண்டிருந்தன.

ராட்சஸன் தான் ஒரு பூதம் என்றும், போட்டுக் கொண்ட ஒரு வேடத்தில் தொலைந்துவிட்டதையும் உணர்ந்தான். ஒரு முழு ஆடைக்கு இன்னும் ஐந்து புலிகளை வேட்டையாட வேண்டியிருந்தது. ஒரு சிங்கத்திடம் மாட்டிக்கொண்டு மந்திரவாதி பூதத்தைக் காப்பாற்ற அழைப்பான் அதுவரை ராட்சஸ வேடத்தில் அலையும் அந்த பூதம்.

47. மந்திர உளறல்

முன்பொரு காலத்தில் ஒரு மந்திரவாதி மொழியே இல்லாமல் உளற ஆரம்பித்தால் கூட தன்னைச் சுற்றி மந்திரஜாலம் நிகழ்கிறது என்று தெரிந்து கொண்டான். ஆகவே தான் உளறுவது உளறல் கிடையாது, ஏன் எதற்கென்றே தெரியாமல் தன்னிலிருந்து ஊற்றெடுக்கும் மந்திரஜாலத்தின் ஒரு மொழி என்று புரிந்துகொண்டான். அதற்கு 'மூக்கு' என்று பெயரிட்டான். மூக்கால் தன்னைச் சுற்றி நிகழும் மந்திரஜாலத்தைக் கவனித்து கணக்கெடுக்கவும் ஆரம்பித்தான். ஏனெனில் அதில் நன்மை தீமை என்று இரண்டும் கலந்திருந்தது. உயிர்மீட்பிலிருந்து கொலையிலிருந்து உன்னதங்களிலிருந்து சீரழிவு வரை எல்லாம் கலந்திருந்தது. அவனது உளறல் என்ற சந்நத நிலை இயற்கையை அசைத்துக்கொண்டிருந்தது. ஆனால் அதுவும் ஒரு மொழிதான்.

குறிப்பெடுத்துக் கட்டி அடுத்த தலைமுறையினர்க்குக் கொடுக்கப்பட வேண்டிய மொழி என்றுணர்ந்தமையால் தன் உளறல் என்ன மந்திரஜாலம் நிகழ்த்துகிறதோ அதற்கேற்ப உளறலின் லிபியையும் விளைவையும் தன் ஏட்டில் குறித்துக்கொண்டான். இது நிகழ நிகழ கட்டுப்பாடின்றி அவன்

அடைந்த அனுபூதி சிதைந்தது. அதன் பாதிப்பில் அவனது உளறலும் தடைபட்டது. எப்போதெல்லாம் அவனது ஆழ்மனது அவனை உளற ஏவியதோ அப்போதெல்லாம் ஏட்டை நோக்கி அவனது கரம் விரைய முற்பட்டதால் உளறல் திக்கி நின்று போனது. வெளியே நிகழும் மந்திரஜாலமும் தடைபட்டது.

இதற்கு ஒரு தீர்வின்றித் திரிகையில் ஒரு மலையுச்சியில் அவனது பிரச்சினை நிவர்த்தியடைந்தது. அங்கு அவன் அணங்கொருவளுடன் காதலுற்றான். அவளிடம் தன் கதையைக் கூறக்கூற மந்திரவாதியின் மந்திர உளறல்களையும் அதன் அற்புத விளைவுகளையும் குறிப்பெடுக்கும் வேலைகளை அவள் ஏற்றுக்கொள்வதாகக் கூறினாள். அவனது மந்திரங்கள் தீமையின்பால் சாயாமல் பார்த்துக் கொள்வதாகவும் அவனுக்கு வாக்குறுதி அளித்தாள். அந்த மலையுச்சியை அவளுடன் சேர்ந்து நீங்கும் போது மந்திரவாதியின் உளறலின் எதிரொலி அங்கு கேட்டுக்கொண்டே இருந்தது. அவனது உளறலின் மொழியை அவன் மனித மொழிகளைப் போல் தன்னையறியாமல் புரிந்து கொண்டு விட்டான். மந்திரஜாலம் என்று ஒன்று தனித்து இல்லை இந்த உலகமே மூக்கின் பொருள். அந்த மூக்கு தனக்குக் கொடுத்த வரமே இந்தப் பெண் என்று அவனால் அவளிடம் கூட நிரூபிக்க முடியாது என்ற உணர்ந்து அவளுடன் ஒரு பெருவாழ்க்கையை வாழத் தொடங்கினான் மந்திரவாதி.

48. நன்மை என்ற பேரொளி

முன்பொரு காலத்தில் ஒரு மந்திரவாதி, தனது பதினாறு வயதில் தன் சொந்த ஊரை விட்டு தூரதேசம் ஒன்றிற்குச் செல்ல வேண்டிய நிர்ப்பந்தம் ஏற்பட்டது. அவன் காதலித்த பெண்ணிடம் தனது காதலை அதுவரை அவன் தெரிவித்தபாடில்லை. அந்தக் கணம் அவன் மனம் உடல் ஆன்மா என்று புண்படுத்த அவன் பிரயாணித்துச் சென்ற படகு அவனது ஊர் என்ற கரைக்கோடு தெரியாத தூரம் பிரிந்து சென்ற தருணத்தில் அவனது நா அவனையேயறியாமல் ஒரு பெரும் மந்திரம் போட்டது.

அந்த மந்திரம் காற்றில் கலந்து சென்று அந்த ஊரில் இரண்டறக்கலந்தது. அதற்குப் பிறகு எப்பொழுதெல்லாம் மந்திரவாதி இன்பமாக இருக்கிறானோ அப்போதெல்லாம் அந்த ஊரில் வெதுவெதுப்பான வெயில், சில்லென்றொரு சாரல், ஓவியம் போன்ற வானவில், ரம்யமான நிலா, மேகங்களின் உப்புசம் இவைகளெல்லாம் தோன்றின. எப்போதெல்லாம் வருத்தமாக இருக்கிறானோ அப்போதெல்லாம் கடும் வெயில், புயல், மழை, அவலட்சணமான வான வண்ணக் குழப்பம் இவைகளெல்லாம் ஏற்பட்டன. எப்போதெல்லாம் சினம் கொள்கிறானோ அப்போதெல்லாம் காட்டிலிருக்கும் மிருகங்கள் வெளிப்பாய்ந்து வந்து ஆடுகளையும் மாடுகளையும்

வேட்டையாடின. எப்போதெல்லாம் செயலூக்கத்துடன் இருக்கிறானோ அப்போதெல்லாம் வயலும் தோட்டமும் தோப்பும் துரவும் செழித்தன.

அவன் பல வருடங்கள் கழித்து அந்த ஊர் திரும்பிய போதுதான் தன் மந்திரத்தையும் அது ஏற்படுத்திய விளைவுகளையும் யூகித்தான். அவன் காதலித்த பெண்ணைப் பார்க்கலாம் என்று ஆர்வமாகச் சென்றவன் அவளது முகத்தில் இருந்த பெரும் கவலையையும் அச்சத்தையும் நிலையானதில்லாத ஒரு ஊரில் மாட்டிக்கொண்டுவிட்டோம் என்ற தவிப்பையும் கண்டான். அந்த ஊருடன் அவள் பெரும் பிணைப்பு கொண்டுவிட்டாள். அந்த ஊரையே தேற்றினால்தான் அவளது முகத்தில் மகிழ்ச்சியைப் பார்க்க முடியும் என்று புரிந்துகொண்ட மந்திரவாதி ஊரின் நடுவிலிருந்த ஒரு மாந்தோப்பில் தியானத்தில் அமர்ந்தான். அவளைப் பற்றிய அழகான சிந்தனையைத் தவிர அவனுக்கு வேறொரு சலனம் ஏற்படவில்லை. அவன் மனதில் அவன் சேர்த்து வைத்திருந்த அவளது பிம்பங்களுள் ஆழ்ந்து சென்றான். அந்த ஊரே இன்பத்தில் செழிக்கத் துவங்கியது.

மந்திரவாதி தவம் என்ற நிலையை உணரத்தொடங்கினான். ஏதோ ஒரு புள்ளியில் அந்தப் பெண்ணை 'தாண்டியும் தாண்ட வேண்டாமல் நன்மை' என்ற பேரொளியை அடைந்தான்.

49. நான் ஒரு முட்டாள்

முன்பொரு காலத்தில் ஒரு மந்திரவாதி முட்டாள்களைக் கண்டுபிடிப்பதற்கு ஒரு தனி வழி வைத்திருந்தான். அவன் ஒருவருடைய கைகளை நட்புணர்ச்சியுடன் பற்றி அவரது வலது கையில் ஒரு மந்திர அமிலத்தைத் தடவி விடுவான். சிறிது நேரத்திற்குப் பிறகு அந்தக் கையே அவரது இயக்கத்தை மீறி தானாக காற்றில் ஆள்காட்டி விரலால் 'நான் ஒரு முட்டாள்' என்றோ அல்லது 'நான் ஒரு புத்திசாலி' என்றோ எழுதும்.

அவர் அதற்கு முன் தனது புத்திசாலித்தனத்தைக் காட்ட என்ன பாசாங்கு செய்திருந்தாலும் மந்திரவாதி அதை நம்புவதில்லை. அந்த மந்திர அமிலம் அப்படிப்பட்டது. அது பத்தாயிரம் வருடங்களுக்கு முன் வாழ்ந்த ஒரு யாளியின் மூளையில் சுரந்த ஒரு திரவத்திலிருந்து உருவாக்கப்பட்ட அமிலம்.

அந்த யாளி புத்திசாலிகள் மட்டுமே வாழ்ந்த ஒரு ஊருக்குள் ஒரு நாள் புகுந்து அழிவை ஏற்படுத்தத் தொடங்கியது. அந்த ஊரில் வீரர்களோ உடல் உழைப்பு சார்ந்தவர்களோ எவரும் கிடையாது. அங்கிருந்த மனிதர்களெல்லாம் மிக ஒல்லியான உடலமைப்புடன் சிரம் வீங்கி இருந்தனர். அவர்கள் புத்தி சார்ந்த செயல்களைத் தவிர வேறு செயல் எதிலும் ஈடுபடுவது கிடையாது. அந்த ஊரை அந்த நாட்டின் அரசன் பராமரித்து

வந்தான். ஏனெனில் அவர்கள் மாந்திரிகம், மருத்துவம், வான சாஸ்திரம், இலக்கியம் என்று சகல அறிவு சார்ந்த விஷயங்களிலும் பெரும் ஆக்கத்தில் ஈடுபட்டிருந்தனர். அந்த நாடு அதனால் செழித்தோங்கி வந்தது.

ஊரை துவம்சம் செய்து கொண்டிருந்த யாளி அங்கிருந்தோரை ஒவ்வொருவராகச் கொன்று போட்டுக்கொண்டிருந்தது. அதே நேரத்தில் அந்த ஊரிலேயே அதிபுத்திசாலி மிகக் கடினமான ஒரு கணக்கிற்கு விடை கண்டுபிடித்த சந்தோஷத்தில் அதை யாரிடமேனும் சொல்லிவிடவேண்டும் என்று சுற்று முற்றும் பார்த்துக்கொண்டிருந்தான். அங்கே விரைந்த யாளி அவனைக் கொல்ல நெருங்கிய போது சற்றும் பயப்படாமல் அந்த யாளியை நிறுத்தி அந்தக் கணக்கைச் சொல்லத் தொடங்கினான். யாளியும் அவனை உண்ணாமல் அந்தக் கணக்கை ஒரு முழு வருடம் கேட்டு முடித்தது. அதன் கோபம், வெறி, பசி எல்லாம் அடங்கி குகையிலிருந்து வரும் கர்ஜனை போல் கனத்த மழலையில் அந்த அதிபுத்திசாலியிடம் 'நான் ஒரு முட்டாள்' என்று கூறிவிட்டு உயிர் நீத்தது.

அவன் அதன் கபாலத்தைப் பிரித்து மூளையைப் பிழிந்து அந்த அமிலத்தை எடுத்தான். அதில் ஒரு சின்னக் குடுவையளவைதான் மந்திரவாதி வைத்திருந்தான். 'நான் ஒரு முட்டாள்' என்று தானே திடீரென்று எழுதுவதைப் பார்த்து முட்டாள்கள் வெகுளியாய்ச் சிரித்தனர். 'நான் ஒரு புத்திசாலி' என்று தானே திடீரெனக் காற்றில் எழுதுவதைப் பார்த்து புத்திசாலிகள் பேரமைதி அடைந்தனர்.

௫0. விரதம்

முன்பொரு காலத்தில் ஒரு மந்திரவாதி ஒரு முக்கியமான மந்திர சக்தியை அடைய நெடுங்காலம் விரதம் இருந்தான். அந்த விரதத்தின்படி, பல தாவரங்களையும் பாறைகளையும் தாண்டி ஊராத இடமெல்லாம் ஊரி ஊர் ஊராய் பாய்ந்து ஒரு இருட்டுக்காட்டில் கிடக்கும் சிறு வெளிச்சத்தில் இருந்த பத்ரகாளியின் நெற்றியின் வழி வழிந்த ஓர் அருவியின் நான்கு சொட்டு நீரை மட்டும்தான் நாற்பது நாட்களுக்குக் குடிக்க வேண்டும். மிச்ச நேரங்களில் அந்தக் காட்டிலேயே எந்த ஒரு பெரும் அசைவுமில்லாமல் சம்மணமிட்டு உட்கார்ந்து விட வேண்டும். அந்த நான்கு சொட்டுத் தீர்த்தத்துக்குச் சில அபாரமான மகிமைகள் இருந்தன. அத்தனை காட்டு விலங்குகளும் மந்திரவாதியிடம் ஓயாமல் வந்து ஏதாவது பேசிக்கொண்டே இருக்கும்.

கரடிகளெல்லாம் அவன் கழுத்தைக் கட்டிக்கொள்ளும். சிறுத்தைகளெல்லாம் அவனை நக்கிக்கொடுக்கும். நரிகளெல்லாம் அவன் மடியில் தலை வைத்துப் படுத்துக்கொள்ளும். அணில்கள் தாம் கடித்த பழங்களை அவனுக்கு உண்ணக்கொடுக்கும். சர்ப்பங்களெல்லாம் அவன் முன் பின்னிப் பிணைந்து சரசத்தில் ஈடுபடும். ஒரு முழுக் குரங்குக் கூட்டம் சேர்ந்து போட்டி போட்டுக்கொண்டு ஒரு முழு இதிகாசக் கதையை அவனிடம் சொல்லும்.

அந்த நீர்ச்சொட்டுகளுக்கு வேறொரு மகிமையும் இருந்தது. அது மந்திரவாதி நாக்கில் பட்டவுடனே எந்த ஜீவனுக்கும் ஈவு, இரக்கம், பச்சாதாபம், நட்புணர்ச்சி இல்லாதவனாய் மாறிவிடுவான். அவனுடைய அன்பெல்லாம் அவனது கிராமத்தில் சொந்தக்காரர் வீட்டில் துன்பப்பட்டுக் கொண்டு வளரும் அவனது மகளின் பால் சென்றுவிடும். அவளையே நினைத்து வாழ்க்கையை நொந்துகொள்வான்.

நாற்பது நாட்கள் முடிய அரை மயக்கத்தில் இருக்கும் மந்திரவாதியின் முன் காளி தோன்றினாள். மந்திரவாதியின் விரதத்தை மெச்சி என்ன வரம் வேண்டும் என்று கேட்டாள். அவன் அதற்கு மனிதர்களிடையே பிணைப்பையும் பாசத்தையும் உடைக்கும் பேயொன்றுள்ளது. அதை எங்கு பார்த்தாலும் ஓட்டும் வரம் வேண்டும் என்று கேட்டான்.

காளியிடம் அந்த வரத்தைப் பெற்றுக்கொண்டு நடுராத்திரி தன் மகளிருக்கும் வீட்டிற்குச் சென்று அவனது மந்திர சக்தியை உபயோகித்து அந்தப் பேயை வெளியே அழைத்தான். அதுவும் அவனது மகளின் உடம்பிலிருந்தபடி அவளையும் அழைத்துக்கொண்டு வெளியே வந்தது. அவனது மகளுக்கோ அவனை அடையாளமே தெரியாதபடி பேய் அவள் மனதை மூடியிருந்தது. மந்திரவாதி தன் வரத்தைப் பயன்படுத்தியவுடன் கதிகலங்கிய பேய் அவன் மகளை விட்டு நீங்கி ஓடியது.

மீண்டும் தன் நினைவுகளை அடைந்த மந்திரவாதியின் மகள் ஓடிவந்து அவனைக் கட்டியணைத்து முத்தமிட்டாள். தந்தையும் மகளும் கொஞ்சிக் குலாவி, விட்ட கதையெல்லாம் பேசி முடித்தவுடன் அவளது கண்ணை ஒரு பட்டுத்துணியால் கட்டி மந்திரவாதி காட்டின் எல்லைக்குள் அழைத்துச் சென்றான்.

என்ன எதற்கு என்று கேட்டவளுக்குப் பதில் சொல்லாமல் பொறுமையாக இருக்கும்படி கொஞ்சி அழைத்துச் சென்று நிலா வெளிச்சம் காட்சியையும் காட்டையும் அலங்கரித்த ஒரு இடத்தில் அவளது கண் கட்டை அவிழ்த்தான். அங்கு அவனது சகாக்களான அத்தனை விலங்குகளும் அவளுடன் பேசுவதற்காகக் காத்துக்கிடந்தன.

51. முகம்

முன்பொரு காலத்தில் ஒரு மந்திரவாதிக்கு அவனது ஆராய்ச்சிக்கும் ஆக்கத்திற்கும் தேவையான பல விதமான மூலப்பொருட்களை வெளிநாடுகளிலிருந்து இறக்குமதி செய்ய வேண்டியிருந்தது. ஆகவே அவன் துறைமுகங்களில் பழியாய்க் கிடந்தான். கலங்கரை விளக்கத்தில் பெரும்பந்தம் கொளுத்தியவனுடன் நட்பு வைத்திருந்தான். சுங்கம் திரட்டும் அதிகாரிகளுக்கு மாதாந்திர கையூட்டு கொடுத்து அவர்களின் ஆச்சரியத்தைத் தூண்டும் சித்து வேலைகளையும் செய்து இணக்கமாக இருந்தான். இத்தகைய ஒரு காலவோட்டத்தில் மந்திரவாதிக்கு யாரும் சாதித்துக் காட்டாத ஒரு மந்திரஜாலத்தில் வெறிகொண்ட ஈர்ப்பு மிகுந்தது. அதற்காக அவனுக்கு யவனர்களின் நாட்டிலிருந்து ஒரு முழு கப்பல் நிறைய மந்திர சாமான்கள் தேவைப்பட்டன. அதனைத் துறைமுகம் சேர்த்து அவனது ஆராய்ச்சிக் கூடம் வரை எடுத்து வர மிக நுட்பமானதொரு திட்டம் தேவைப்பட்டது. அந்தத் திட்டத்தின்படி சில உயிர்கள் நிச்சயம் போகும். பலர் சிறைக்குச் செல்ல வேண்டியிருக்கும். பலரின் பதவிகள் பறிபோகும். நாட்டையே உலுக்கும் சில ஆட்சி மாற்றங்கள் நிகழலாம் என்று அறிந்தும் மந்திரவாதி துணிந்தான்.

அந்த மந்திரஜாலத்தால் அவனது நெருங்கிய நண்பர்கள் மற்றும் சொந்தங்களை அவன் வாழ்க்கையை விட்டே தொலைக்க நேரிடும் என்ற அபாயமும் அவனை பயமுறுத்தியது. இதற்கெல்லாம் மேலான இழப்பு அவனது திட்டந்தோறும் தேளாய் ஓடியது. அவன் அந்த மந்திரஜாலத்தின் முடிவில் தனது முகத்தை இழந்து வேறொரு தோற்றத்தை ஏற்றுக்கொள்ள வேண்டும் என்பதே அவன் ஏற்றுக்கொள்ளத் துணிந்த மிகப் பெரிய இழப்பு.

அந்த திட்டம் கைகூடிவரும் நேரத்தில்தான் அவனது இளம் மனைவி கருவுற்றாள். அவள் மேலிருந்த அளப்பரிய காதலாலும் காமத்தாலும் தன் கவனத்தைத் தவறவிட்டதை மந்திரவாதி உணர்ந்தான்.

தன் திட்டத்தைக் கைவிட்டவனின் குடும்பமும் பொருளாதார ஸ்திதியும் அந்த திட்டத்தை நிறைவேற்றாததினால் அவனுள் குமைந்த குரோதமும் சேர்ந்தே வளர்ந்தன. அன்பு பாசம் பரிவு என்ற அவனது அத்தனை குணங்களும் வாழவேண்டும் என்ற கடமைக்கு வழிவிட்டன. அவனது நான்கு மகன்களும் தகப்பன் என்றவன் வளர்த்த இயந்திரங்களாகவும், எந்தத் தயவு தாட்சண்யமுமில்லாத மூர்க்கமான மந்திரவாதிகளாகவும் வளர்ந்தனர். மந்திரவாதி முப்பது வருடங்கள் கழித்து அவனது திட்டத்தை நிறைவேற்றும் நிலைமையை மீண்டும் அடைந்தான்.

அவனது முப்பது வருட கடும் உழைப்பும் ஓயாத லட்சியமும் திரண்டு பேரலை மேல் பிரயாணித்த சிறு படகாய் அவனை உயர எடுத்துச்சென்றன. தொடுவானத்தை விளிம்பு வரை மூடிய ஒரு மலையின் முன் மந்திரவாதியும் அவனது நான்கு மகன்களும் நின்றுகொண்டிருந்தனர். மந்திரவாதி தன் அத்தனை சக்திகளையும் திரட்டி அதனை அந்த மலை நோக்கிப் பரப்பிக்கொண்டிருந்தான். மந்திரவாதியின் உடலை இந்த வேலையின் பலு அழிக்க அழிக்க அவனது மகன்கள் தங்கள் மந்திரத்தினால் சீர்செய்துகொண்டிருந்தனர். மந்திரவாதி மலையை நகர்த்தத் தொடங்கினான். அவன் அந்த மந்திரஜாலத்தை நிகழ்த்தி முடிக்கையில் மலை சற்று நகர்ந்திருந்தது. மந்திரவாதியின் முகத்தோற்றம் மாறிவிட்டது.

அவனது மகன்களினால் மந்திரவாதிதான் தமது தந்தை என்று அடையாளம் காண முடிந்தது. அதில் எந்த மாற்றமும் ஏற்படவில்லை. ஆனால் அவனது முகத்தில் அப்படியொரு கனிவு, அணை உடைபட்ட அன்பு, நெகிழ்ச்சி. அவன்தான் மந்திரவாதி என்று காட்டினால் ஒப்புக்கொள்ளலாம். மற்றபடி அது வேறொரு முகம். அன்பு சொட்டிய அந்த முகத்துடனும் அந்த புது மனிதனுடனும் பரிச்சயமாக அவனது ஊருக்கும் குடும்பத்திற்கும் சில மாதங்கள் தேவைப்பட்டன.

௫௨. கடன்

முன்பொரு காலத்தில் ஒரு மந்திரவாதி கடன் வாங்குவதில் பெரும் பிரியம் கொண்டிருந்தான். ஆனால் வாங்கிய கடனைத் திருப்பிக் கொடுப்பதை அவன் அடிவயிற்றிலிருந்து வெறுத்தான். அவன் வாங்கிய கடனைத் திருப்பிக் கொடுத்ததாக சம்பவம் கிடையாது. அதற்காக அவன் தீயவனும் அல்ல, நியாய தர்மம் அறியாதவனும் கிடையாது. கடன் கொடுத்தவர்க்கு அவனுக்குக் கடன் தந்த பிறகுதான் வாழ்க்கையில் நல்ல நேரம் தொடங்கும். தன் மந்திர சக்தியைப் பயன்படுத்தி அவர்களுக்கு அபாரமான உதவிகளைச் செய்வான்.

அறுபது வயது எண்ணெய் வியாபாரி ஒருவர் அவரது மூன்றாவது மனைவியுடன் எப்படி சொர்க்கமாக வாழ்கிறார் என்றால், அவர் மந்திரவாதிக்குக் கடன் கொடுத்திருந்தார். வாழைத்தோப்பு பூச்சிகளிடமிருந்து எப்படி தப்பித்தது என்பது மிராசுதாரின் விதவைக்கு ஆச்சரியம். அவளும் மந்திரவாதிக்குக் கடன் கொடுத்திருந்தாள். தானியங்கள் எடுத்துச் செல்லும் போது மாட்டு வண்டிகளை மறித்த கொள்ளையர்களை யார் மயக்கம் போட வைத்தது என்று காவலர் தலைவன் அறியமாட்டான். அவனும் மந்திரவாதிக்குக்

கடன் கொடுத்திருந்தான். இவர்களில் பலரும் ஏதோ விதத்தில் மந்திரவாதியின் அருமையை அறிந்திருந்தனர் என்பதினால் இன்னும் கடனைத் திருப்பிக்கொடுக்காமல் அலைகிறானோ என்னவோ!

ஆனால் ஒரு பெரிய பிரச்சினை முளைத்தது. கடன் பாக்கியை வசூல் செய்து தரும் கட்டப்பஞ்சாயத்துக்காரன் ஒருவன் அந்த நாட்டில் தோன்றினான். சில அரசியல் மாற்றங்களினால் சில அராஜகங்கள் அந்த நாட்டில் நிகழ்ந்தன. அதில் இதுவும் ஒன்று. அவனிடம் மந்திரவாதியின் பெயர் கொண்ட ஒரு பெரும் பட்டியல் கிடைத்தது. நாற்பது வருட பட்டியல் அது. அதனை வசூல் செய்து கொடுத்தால் அவன் அந்த ஊரின் பணக்காரர்கள் பட்டியலில் சேர்ந்துவிடலாம் என்ற நிலைமை. கட்டப் பஞ்சாயத்துக்காரன் மந்திரவாதியைப் பற்றி அலசி ஆராயத்தொடங்கினான்.

இதனை அறிந்து கொண்ட மந்திரவாதி அவனைத் தனது நெருங்கிய நட்பு வளையத்தில் நுழைய அனுமதித்து ஆருயிர் நண்பன் ஆக்கிக்கொண்டான். தனது கஜானா அறைக்குள் ஒருநாள் கட்டப்பஞ்சாயத்துக்காரனை அழைத்துச் சென்றான். அங்கிருந்த செல்வத்திற்கும் மந்திரவாதி அதுவரை வாங்கியிருந்த கடனிற்கும் ஏணி வைத்தாலும் எட்டாது. அத்தனை மடங்கு அங்கு முடங்கியிருந்தது. மந்திரவாதி கட்டப்பஞ்சாயத்தானின் தோளில் கைபோட்டு,

'நீ யார் என்று எனக்குத் தெரியும். நான் யாரென்று அறிந்தால் உன் உடம்பில் உயிர் தங்காது. எனக்கு கடனைத் திருப்பிக்கொடுக்கத்தான் பிடிக்காது. மற்றவர்க்கு கடன் கொடுக்க மிகவும் பிடிக்கும். என்னிடம் கடனை வசூலிக்க வேண்டிய கட்டாயத்தில் நீ இருக்கிறாய் என்று அறிவேன். உன்னை ஏமாற்றினால் நான் நியாயம் இழந்து விடுவேன். ஆகவே உனக்கு அதைவிடப் பெரிய பொருளீட்டும் வாய்ப்பைத் தருகிறேன். இனி நான் கொடுத்த கடனையெல்லாம் நீதான் வசூலிப்பாய். நீ அடைய நினைத்த பொருளைவிட ஆறுமடங்கு அதிகம் அடைந்தபின் நீ என் சகஜமான ஊழியனாகிவிடுவாய்' என்றான்.

அன்றே கட்டப்பஞ்சாயத்துக்காரனுக்கு முதல் லேவாதேவி வேலை காத்திருந்தது. மந்திரவாதியிடம் சில மாதங்களுக்கு முன் ஆயிரம் பொன் கடனாகப் பெற்றவன் வட்டியுடன் சேர்த்து ஐயாயிரம் பொன் திருப்பிக்கொடுத்தான். அதனை வாங்கிக்கொள்ளும் போது கட்டப்பஞ்சாயத்துக்காரன் கடன் வாங்கியவரையும் அவரது குடும்பத்தாரையும் கவனித்தான். அவர்கள் சக்கையாகப் பிழியப்பட்ட கரும்பைப் போல் காட்சியளித்தனர்.

53. இயலும் இயல்

முன்பொரு காலத்தில் ஒரு மந்திரவாதி ஒவ்வொரு மந்திரஜாலத்திற்கும் மூன்று படிநிலைகள் உள்ளன என்றும் ஆனால் மந்திரவாதிகள் இவற்றையெல்லாம் கண்டுகொள்வதில்லை என்றும் அவர்கள் மாயமான மும்முரத்தில் மந்திரங்களின் இயலைப் பற்றிய ஆய்வுகளைக் கோட்டைவிடுகிறார்கள் என்றும் கூறிவந்தான்.

அந்தக் காலத்தில் மிக பால பாடமாக இருந்த ஜடப்பொருட்களை மறைய வைக்கும் மந்திரஜாலத்தின் மூன்று நிலைகள் என்று அவன் கணித்தவை யாதெனில்,

ஒன்று, ஜடப்பொருள் தன்னிலிருந்து அடுத்த நுண்நொடியில் இருக்கும் தன்னையே வேறு என்று உணர்வதின் மூலம் சற்றே உயிர் பெறுகிறது

இரண்டு, உயிர் என்ற அடிப்படை உணர்வு ஜடங்களுக்கும் உள்ளது என்ற ரகசியம் விழித்துக்கொண்டு பஞ்சபூதங்களாலான வஸ்து தன்னைக் கத்தரித்துக்கொண்டு வெவ்வேறு பரிமாணங்களுக்கு மந்திரவாதி விதிக்கும் நேரக்கெடுவிற்கு பிரயாணப்படுகிறது. அதுவே மறைதலைப் போல் காட்சியளிக்கிறது.

மூன்றாவது, தர்க்கம் நகராத பெரும் மௌனத்தில் முட்டி மீண்டும் தன்னுடைய பழைய நிலையிலேயே தென்படுகிறது.

இவையே அந்த மூன்று நிலைகள்.

மந்திரவாதியை சக மந்திரவாதிகள் முடிந்த வரை வெறுத்தனர். அவன் தேவையில்லாத சிக்கல்களையும் செய்யும் தொழிலின் உவகையைச் சிதைக்கும் அல்லல்களையும் தம் மேல் அழுத்துகிறான் என்று அவர்கள் கருதினர். அவனைக் கொன்றுவிடுவதென்று முடிவெடுக்கப்பட்டு, அத்தகைய துஷ்ட காரியங்களில் ஈடுபடும் பாரசீகப் பேர்வழிகள் வரவழைக்கப்பட்டனர்.

ஒரு நள்ளிரவில் அவர்களில் ஒருவன் மந்திரவாதி ஆழ்ந்த உறக்கத்திலிருக்கும்போது அவனைத் தன் குறுங்கத்தி கொண்டு இதயத்தில் சொருகினான். குத்திய மாத்திரத்தில் மந்திரவாதியின் உடல் ஆயிரமாயிரம் குட்டி மந்திரவாதிகளாக சரிந்தோடியது. அத்தனை மந்திரவாதிகளும் அந்தச் சரிவை சமாளிக்க முடியாமல் உடல்களின் வெள்ளத்தில் விழுந்தோடினர். இந்த சலனம் ஓய்ந்து அவர்களெல்லாரும் தரையில் கிடக்கும்போது அத்தனை பருக்கை மந்திரவாதிகளும் ஒரு குரல் கொண்டு பேசினர் அந்தப் பாரசீகக் கொலைஞனிடம்.

'நான் என்றவொரு அமைப்பு, உடல் - மனம் - ஆன்மா என்று தன்னை ஒருமையிலிருந்து விடுவித்துக்கொண்டே செல்கிறது. உடல் தன்னை ஒன்றென்கிறது மனம் தன்னை வகுத்துக்கொண்டே செல்கிறது. ஆன்மா கணிதத்திற்கு அப்பாற்பட்டது.'

இதைக் கேட்டவுடன் அந்தத் தொழில்முறை கொலைகாரன் தாங்க முடியாத எரிச்சல் அடைந்தான்.

54. சத்தப் பெட்டி

முன்பொரு காலத்தில் ஒரு மந்திரவாதி ஒரு சத்தப் பெட்டியை அதிபத்திரமாக வைத்திருந்தான். அந்தப் பெட்டி அலங்கார வேலைப்பாடுகள் அமைந்த, உள்ளங்கையில் உட்காரும் பெட்டி. அதன் வலது பக்கத்தில் சொர்க்கத்தின் சத்தங்கள் கேட்டன. அதன் இடது பக்கத்தில் நரகத்தின் சத்தங்கள் கேட்டன. ஒரு நாழிகைக்கு ஒரு முறை முனை மாறியது அந்தச் சத்தப்பெட்டி. இடது பக்கம் சொர்க்கம் வலது பக்கம் நரகம் என்று கேட்கும். பின்பு அடுத்த நாழிகைக்கு மீண்டும் பழைய மாற்றம். அந்த ஒவ்வொரு மாற்றத்திற்கும் மந்திரவாதியின் மந்திர சக்தி கூடுதலாகிக்கொண்டிருந்தது.

இன்னும் ஒரு மாமாங்கம் கழிந்தால் வினாடிக்கொருமுறை அந்தத் துருவமாற்றம் ஏற்படும், அவனது சக்திகள் வினாடிக்கொரு முறை அதிகரிக்கும் என்று அவனறிந்திருந்தான். அவனிடமிருந்து அந்தப் பெட்டியைப் பறிக்க, அபகரிக்க நினைத்தான் பினைமுனன் என்ற இன்னொரு மந்திரவாதி. ஏனெனில் அந்தப் பெட்டியில் சில திருகுகளிருந்தன. அவற்றை உரிய முறையில் திருகினால் உலகத்திலேயே அழகான குரலுடைய பெண் பாடுவதைக் கேட்கலாம். அவளுடைய குரலில் சொர்க்கமும் நரகமும் ஒரு நாழிகைக்கு ஒரு முறை இடம் மாறும்.

பிளைமுனனிடம் அந்தப் பெட்டியைக் கொடுத்துவிட்டு மூத்திரம் கழிக்க பிள்ளையார் பூக்களிடையே மந்திரவாதி சென்றிருக்கக்கூடாது. பிளைமுனனின் ஒரு பொருளை மந்திரவாதி அபகரிக்க முயற்சித்துக்கொண்டிருந்தான். பிளைமுனனின் குடும்பச் சொத்தான ஒரு வயதான கைக்கடிகாரமே அந்தப் பொருள். அதை அணிந்தவரை அந்தக் கைக்கடிகாரம் எல்லா தருணங்களிலும் 'பொறுமை பொறுமை' என்று கூறி சாந்தப்படுத்தும். அதனை பிளைமுனனிடமிருந்து திருட வேண்டும் என்று மந்திரவாதி திட்டம் வகுத்துக் கொண்டிருந்தான்.

பிளைமுனன் தனது சுயரூபத்தை மறைத்து மந்திரவாதியிடம் வேலைக்காரனாக நடித்துவந்தான். மந்திரவாதி தன் ஆற்றல்களை மறைத்து பிளைமுனனிடம் முதலாளியாக நடித்துவந்தான். அவர்கள் இருவருக்குமே அவர்களின் இருவரின் சுயரூபமும் தெரிந்தே இருந்தது. அந்த நாடகம் என்ற சக்கரம் நகர்வில் இருந்ததை அவர்கள் மதிக்கக் கற்றுக்கொண்டனர். அதுவே விளைவுகளை நோக்கிய வழிதல் என்று உடன்பட்டனர். உண்மை பொய் என்ற இருமையைக் கைவிட்டு, சொர்க்கம் நரகம் என்ற இருமையை கையாளப் பழகினர். வலதிலிருந்து இடதுக்கும், இடதிலிருந்து வலதுக்கும் ஓடிக்கொண்டிருந்தது ஒரு சக்கரம்.

55. நீர் நாடகம்

முன்பொரு காலத்தில் ஒரு மந்திரவாதி ஒரு ஏரியின் நீரை இரவு நேரங்களில் தட்டி எழுப்பி நாடகக் கதாபாத்திரங்கள் போல் நீர் வடிவங்கள் செய்து அவற்றை நடிக்க வைப்பான். வித விதமான கதாபாத்திரங்களின் வேடங்கள் நிரம்பி வழியும் அந்த நாடகத்தில் கதையென்றோ அல்லது கருவென்றோ ஒன்றிருக்காது. அந்த நீர் உருவங்களால் பேச முடியாதது இன்னொரு குறை. இரவெல்லாம் மந்திரவாதி நடத்தும் இந்தக் கூத்திற்கு ஊருக்கு ஒதுக்குப்புறமாக யாரும் சீண்டாத அந்த ஏரி மட்டும்தான் சாட்சி.

கரையின் ஒரு புதரின் மறைவில் தன் பூனையுடன் சேர்ந்தமர்ந்து இந்தக் காரியத்தை தினமும் செய்து வந்தான் மந்திரவாதி. அது சுகம் காணுவதற்கென்றே பழக்கப்படுத்திவிடப்பட்ட ஒரு பூனை.

ஒரு நாள் இராத்திரி அந்த நாடகம் நடந்துகொண்டிருக்கும் போது ஒரு பரிசலில் காதலர்கள் இருவர் அந்த ஏரியில் உல்லாசமாக பவனி வந்து கொண்டிருந்தனர். அர்த்தமே இல்லாமல் நீரினால் ஆன கைகளையும் கால்களையும் ஆட்டி, ஓடி ஆடி அட்டகாசம் செய்து நடித்துக்கொண்டிருக்கும் வேடங்களுக்கு மத்தியில் பரிசலை ஆண் ஓட்ட பெண்

அந்த நீர் வடிவங்களைத் தொட்டுப் பார்த்தவாறு சென்று கொண்டிருந்தனர். இதனைக் கண்ட மந்திரவாதி ஏரியின் நடுவில் பெரியதாக தியானத்தில் இருக்கும் ஒரு ஞானியின் நீர் வடிவம் ஒன்றை உருவாக்கினான். அதன் அருகில் பரிசலைச் சற்றே நிறுத்தி காதலர்கள் கண்கொட்டாமல் அந்த ஞானியின் உருவத்தைப் பார்த்துக்கொண்டிருந்தனர். நிலா வெளிச்சம் வெள்ளியின் ஊற்றாய் அந்த ஞானியின் உருவத்தின் மீது வழிந்தது. மந்திரவாதி தன் பூனையைக் கட்டிப்பிடித்துக்கொண்டு அழுதான். பின்பு அதனை நீரின் மேல் நடக்கவிட்டான். அதுவும் பயமின்றி நடந்து அந்த ஞானியின் நீருருவத்தின் அருகில் சென்று அவர்களின் பரிசலில் ஏறிக்கொண்டது. அதனைக் கண்டு அகமகிழ்ந்து போன காதலர்கள் ஏதோவொரு பெரும் காரியம் நிறைவேறிவிட்டது போல் பரிசலை உற்சாகமாக கரைக்கு திருப்பினர்.

கண்ணெல்லாம் கடல் போல் வழிய தன் வதையைச் சுமந்து கொண்டு மந்திரவாதி அங்கிருந்து அவசர அவசரமாகப் புறப்பட்டான். அவனுடைய அடுத்த தேடலுக்கு பூனை துணை வராது, சொல்லாத போது சொல்லியது போல் கேட்க, சொல்லும் போது சொல்லாததைப் போல் பார்க்க வேறொரு நண்பன் அவனுக்குத் தேவை. தனக்கென்று ஒரு புது உலகம் கிடைக்கப் போகிறது என்று தனது மூட்டையை எடுத்துக் கொண்டு புறப்பட்டான் மந்திரவாதி. அவன் தட்டி எழுப்பிய நீரையும் அதன் கதாபாத்திரங்களையும் மீண்டும் படிய வைக்க மறந்து வேகமாக நடந்து சென்றுகொண்டிருந்த மந்திரவாதியை அவன் கட்டிய நூற்றுக்கணக்கான நீர் நடிகர்களும் தொடர்ந்து சென்றனர். கரையைத் தாண்டும் போது அத்தனை நீர் வடிவங்களும் பொத்து பொத்தென்று நீராய் விழுந்தன. ஏரியின் நடுவே தியானத்திலிருந்த ஞானியை சூரியன் பார்த்தான்.

56. கசிவி

முன்பொரு காலத்தில் ஒரு மந்திரவாதி தீப்பந்தங்களின் சிவப்பு நெருப்பு அலையடித்த கசிவி என்ற ஊழி நெளிந்த தொன்மத்தின் மீன் போல் வலது கண்ணிலிருந்து இடது கன்னம் பாய்ந்து கீழ் உதடில் வால் கொண்ட ஒரு முகமூடியை அணிந்தவர்களின் கூட்டத்தில் ஒரு ஆளாய் நின்றுகொண்டிருந்தான். அதில் தலைவன் என்று வெளிப்பட்ட ஒருவன் பேசும்பொழுது அவனுடைய வாயிலிருந்து நீர்க்குமிழிகள் போல் பெரும் பந்துகள் கிளம்பின. அந்தக் கூட்டத்தில் மந்திரவாதிகளைத் தவிர வேறு யாருமில்லை என்று ஊர்ஜிதம் செய்வதற்காகச் செய்யப்பட்ட ஒரு மந்திர ஏற்பாடு அது. அப்படி ஒருவர் அங்கோ அல்லது அந்தக் கூட்டத்தை மறைந்திருந்தோ கவனித்துக்கொண்டு இருந்தால் அந்த நீர்க்குமிழிகள் மொத்தமும் ஒரு கண்ணாடியாய் மாறி அவரது முகமூடியில்லாத நிஜ உருவம் அதில் ஒளிபரப்பாகிவிடும்.

மந்திரவாதிகள்தான் இந்த உலகத்தின் உண்மையான மன்னர்களாக முன்பொரு காலத்தில் இருந்தனர். பின்பு யாகுன் என்ற மந்திரவாதி ஒரு வேள்வி நடத்தி மந்திரவேலிகளை உலகில் பின்னினான். அதன்படி ஒவ்வொரு மந்திரச் செயலும் நிகழவேண்டுமென்றால் அதற்கு அருகிலிருக்கும் மந்திரச்

செயல் மூன்று மாத்திரை நேரம் (ஒரு சிறுத்தையும் மானும் வேட்டையில் ஓடும் தூரம்) தள்ளிதான் நடக்க முடியும். இதுதான் மந்திரவாதிகளின் ஆட்சியை முடிவுக்குக் கொண்டு வந்தது. இதனை எதிர்த்துத் திரள மந்திரவாதிகளுக்கு ஆறாயிரம் வருடம் ஆகிவிட்டது. இதுதான் அந்தக் கூட்டத்தின் உட்கருத்து.

மந்திரவாதிகளெல்லாம் சேர்ந்து உலகத்தின் ஆட்சியை மீண்டும் சாதாரண மனிதர்களிடமிருந்து பறிமுதல் செய்யப்போகிறார்கள். அதற்காக அவர்கள் யாகுனின் மந்திரவேலிகளுக்கு உட்பட்டு பெரும் சதி ஒன்றில் ஈடுபட இருக்கிறார்கள். இதனைக் கேட்டுக்கொண்டிருந்த மந்திரவாதிக்கு அடக்க முடியாத சிரிப்பு வந்தது. ஏனெனில் அவர்கள் சொன்ன அத்தனை மந்திரங்களும் யாகுன் என்றே முடிந்தன. அவர்களிடத்தில் வேறு மந்திரங்கள் கிடையாது. அப்போது நீர்க் குமிழிகள் திடீரெனக் கூடி ஒரு கண்ணாடித் திரையில் ஒரு ஒற்றனின் முகம் தோன்றியது. அருகாமையிலிருந்த புதர்ச்செடிகளில் ஒரு சலசலப்பு. எவரோ வேகமாகத் தப்பித்து ஓடினார்கள். அத்தனை மந்திரவாதிகளும் அந்த ஒற்றனைக் கொல்ல யாகுன் என்று மந்திரங்கள் சொல்லி முடித்தார்கள். எதுவுமே வேலை செய்யவில்லை என்பதை நினைத்து, தனக்குள்ளேயே சிரித்துக் கொள்கிறான் ஒரு மந்திரவாதி.

57. சிரிப்புப் பிசாசு

முன்பொரு காலத்தில் ஒரு மந்திரவாதிக்கு ஒரு சிரிப்புப் பிசாசுடன் எப்படியோ சம்பந்தம் ஏற்பட்டுவிட்டது. அவன் எப்போது எங்கிருந்து சிரித்தாலும் உடனே அங்கே அந்த சிரிப்புப் பிசாசு தோன்றிவிடும். பிறகு அந்த முழுநாளும் அவன் விருப்பப்படுகிறானோ வருத்தப்படுகிறானோ, மந்திரவாதியுடனே இருந்து பிசாசுச் சிரிப்பு சிரிக்கும் அந்தப் பிசாசு. மந்திரவாதியைத் தவிர யார் கண்ணுக்கும் அது தெரியாததினாலும் யார் காதுக்கும் அதன் சிரிப்பொலி கேட்காததினாலும் மந்திரவாதி பெரும் தர்ம சங்கடத்திற்கு ஆளானான். அவனுடைய மாமனார் தவறிவிட்டார் என்று கேள்விப்பட்டு மனைவி மற்றும் குழந்தைகளை அழைத்துக்கொண்டு அவருடைய ஈமச்சடங்கிற்கு உதவியாக இருக்க விரைந்தான் மந்திரவாதி. அங்கு சென்றவுடன்தான் தெரிந்தது அவர் தாகம் எடுத்து கடைசியாக தண்ணீர் கேட்டிருக்கிறார், வீட்டார் எல்லாம் கூஜாவைத் தேடி எடுப்பதற்குள் இறந்துவிட்டார் என்று. இதைக்கேட்டவுடன் குபுக் என்று மந்திரவாதிக்கு சிரிப்பு வர, அவன் பிரம்மப் பிரயத்தனமாக பாடுபட்டு எப்படியோ சிரிப்பை அடக்கிக்கொண்டுவிட்டான். கொஞ்சம் நிலைதடுமாறி சிரித்து விட்டாலும் பிசாசு அங்கு அவனைத் தேடி வந்து விடும். அவன்

மந்திரவாதி என்று சொந்தக்காரர்கள் யாருக்கும் தெரியாது. அவர்களைப் பொறுத்தவரை அவன் மிக கண்டிப்பானவன். சிலம்பம் கற்றுக்கொடுக்கும் வாத்தியார்.

பிசாசுக்கு பயந்தே அவன் கடைந்தெடுத்த சிடுமூஞ்சியாக மாறிவிட்டமையால் அவன் சிரித்து அவனது மனைவி கூட பார்த்ததில்லை. அவர்கள் யாரும் அவன் அழுதும் பார்த்ததில்லை. இந்த இக்கட்டிலிருந்து தப்பிக்க அவன் தனது மாமனாரின் நல்ல குணத்தை நினைத்துக் கொண்டான். அவர் தங்கமான மனிதன். ஆழ நினைக்க நினைக்க அவனுக்கு அழுகை கொப்புளித்துக்கொண்டு வந்தது. அங்கிருந்த பெண்களை மிஞ்ச ஒப்பாரி வைக்க ஆரம்பித்தான். அவன் அவரைப் பல நிகழ்வுகளையும் நல்ல சங்கதிகளையும் வைத்து புகழப் புகழ அங்கிருந்தவர்களுக்கெல்லாம் அப்படி ஒரு நெகிழ்ச்சி. வாழ்ந்தால் இப்படி அல்லவா வாழ வேண்டும், மருமகனையே தன் அருமையினால் உருகவைத்துவிட்டாரே என்று சொல்லிச் சொல்லி நெக்குருகினர்.

திடீரென்று எவளோ ஒருத்தி 'இவ்வளவு செஞ்சு உனக்கு ஒருவா தண்ணீ குடுக்கலாம்னா கூஜா கிடைக்கலையே', என்று ஒப்பாரி வைக்க,

உடனே தோன்றியது பிசாசு.

58. வள்ளல்

முன்பொரு காலத்தில் ஒரு மந்திரவாதி ஒரு செல்வச்செழிப்பான தேசத்தின் தலைநகரத்திற்குக் குடிபெயர்ந்தான். அங்கு அரசு மாளிகைகளையொட்டிய ஒரு சதுக்கத்தில் அந்த நகரத்திலேயே வாழ்ந்திருந்த ஒரு வள்ளலின் சிலை கம்பீரமாக நின்றது. அதனைப் பற்றி மந்திரவாதி விசாரித்த போது ஏராளமான தகவல்களை அவன் தெரிந்துகொண்டேயிருந்தான். வள்ளலைப் பற்றிய பாடல்கள் அங்கு மதுபான விடுதிகளில் பாணர்களால் பாடப்பட்டன. அந்த ஊர்மக்கள் ஒருவரை யொருவர் புகழவும் கேலி செய்யவும் வள்ளலின் பெயர் பயன்பட்டது. வள்ளல் தான் ஈட்டிய அத்தனை செல்வத்தையும் அந்த நகரத்திற்காகவும் அதன் வளர்ச்சிக்காகவும் அங்குள் ளோரின் மேன்மைக்காகவும் தானம் செய்தமை, அவரது புகழ் காலவோட்டத்தில் தொலைந்து போகாது என்பதை உறுதி செய்துவிட்டது.

மந்திரவாதி அந்த நகரத்திற்குக் குடிபெயரும் போதே வள்ளல் இறந்து நாற்பது வருடங்கள் ஆகிவிட்டிருந்தது. வள்ளலை நேரில் பார்த்தவர்களின் எண்ணிக்கை குறைந்துகொண்டே வரும் சரிவில்தான் மந்திரவாதி அங்கு வந்து சேர்ந்தான். அவன் தினமும் அந்தச் சிலையின் அருகில் சில நிமிடங்கள் வழிபடுவது

போல் கண்மூடி சிலையின் முகத்தைத் தன் ஜாடைக்கு மெல்ல மாற்றத்தொடங்கினான். ஒவ்வொரு அங்குலமாக ஒவ்வொரு பாகமாக நிதானமாகப் பல வருடங்கள் அங்கு தினமும் நாள் தவறாமல் சென்று அங்கங்கு தேய்த்தும் அங்கங்கு இழைத்தும் அந்த முகத்தைத் தன் முகமாக மாற்றி வந்தான். அந்த நகரத்திலிருந்தோர் யாவரும் அந்தச் சதுக்கத்தைக் கடக்கும் போதெல்லாம் அந்தச் சிலையை பார்த்துக்கொண்டேதான் சென்றனர்.

எழுபது வயதுக் கிழவனாக ஒரு நாள் மந்திரவாதி கோலூன்றி அந்தச் சதுக்கத்தின் ஜன நெருக்கடியில் நடந்து சென்று கொண்டிருந்தான். அவனை அங்கிருந்தவர்கள் ஏதோ நினைவில் அடிக்கடி உற்றுப் பார்த்துக்கொண்டிருந்தனர். அங்கு தெருவில் ஒரு பிச்சைக்காரர்களின் கூட்டம் தர்மம் செய்யுமாறு அலறிக்கொண்டிருந்தது. மந்திரவாதி தன் கோலை காற்றில் ஆட்டி மந்திரம் பகன்றான். அந்தச் சதுக்கத்தின் அத்தனை மனிதர்களும் பிச்சைக்காரர்களின் தட்டில் தம்மிடமிருந்த பணம் நகை மற்றும் அத்தனை விலை மதிப்பான பொருட்களையும் தானமாகப் போட விரைந்தனர்.

59. யாயா

முன்பொரு காலத்தில் ஒரு மந்திரவாதி தன் மந்திரசக்திகளின் உச்ச வலிமையையும் தனது ஆற்றலின் உக்கிரத்தையும் அனுபவிக்கும் பருவத்தில் தன் அனைத்து மந்திரசக்திகளையும் பயன்படுத்துவதையே நிறுத்த முடிவெடுத்தான். ஏனெனில் அவனது மந்திரசக்தி பல வருடங்களாகத் திரண்டு, சிதைவும் சிதைவை முனைந்து சரிசெய்யும் பாகங்களின் வேற்றுமையும் கற்றுக்கொண்டு கட்டி வளர்த்தெடுத்ததற்கான அறிகுறிகளும் இல்லாமல் போய்விட்டது. அவனது மந்திரசக்தி ஏன் இயங்குகிறது என்பதை மந்திரவாதியால் அப்போது பூடகமாகக் கூட உணர முடியவில்லை. வானத்திலிருந்து தொங்கிய ஊஞ்சலொன்றில் அசுர சாகசங்கள் செய்வதைப் போல் அவன் உணர்ந்தான். இதனைத் தடுத்து நிறுத்தத் தூண்டுவது எதுவென்றும் அவனால் அறிய முடியவில்லை. அவனது மந்திரசக்திகளைச் சற்றும் பயன்படுத்தாது அவன் முழுதுமாக முடக்கிய போது அவன் தெரிந்துகொண்டான், அவனது கரங்கள் எந்தக் காரியம் செய்வதற்கு முன்னும் அவனது மந்திரசக்தி அந்தக் காரியத்தைத் தொடுதலிற்கு முன்பே செய்யத் தொடங்குகிறதென்று. அவனது மூச்சுக்காற்றை உள்ளிழுப்பதற்கு முன்பே பிராணம் அவனை நெருங்குகிறதென்று. அவனது

கால்கள் நடக்கத் தொடங்குவதற்கு முன்பே பூமி உப்பிக் குழிந்து வளைகிறதென்று. கட்டோடு மந்திரசக்திகளின் இயக்கத்தைத் தட்டையாக்க அவனுக்குச் சில வருடங்கள் தேவைப்பட்டன. உறக்கத்தில் பறப்பது, அவனது அருகாமையிலிருந்த மூடி வைத்திருக்கும் ஜாடிகளிலும் பெட்டிகளிலும் பாத்திரங்களிலும் உள்ள பொருட்கள் வேறாக மாறுவது போன்ற பக்கவிளைவுகள் முதலில் ஏற்பட்டாலும், அவன் தான் எடுத்துக்கொண்ட காரியத்தை லட்சியமாக அடைந்தான்.

அவன் மந்திரசக்திகளை முற்றிலுமாக உபயோகிப்பதை நிறுத்திய பிறகு, மந்திரவாதிகளின் ஞானியாக அறியப்பட்ட யாயா என்ற சகல சித்திகளையும் அடைந்துவிட்ட மாடுமேய்க்கும் கிழவனைச் சந்திக்க யாத்திரை புறப்பட்டான். அவரது நீர்ச்சிலையை மந்திரவாதி அதற்குமுன் ஒருமுறை கட்டி எழுப்பி இருக்கிறான். எல்லா மந்திரவாதிகளும் தங்களுக்காக இயற்கை தன் விதிகளைத் தளர்த்துகிறது என்று முதன்முதலில் அறியும் நாளை அவர்கள் தங்கள் இரண்டாம் பிறப்பாய் கருதுவர். யாயா மாடு மேய்க்கும் சிறுவனாக இருந்தபோது அற்புதமாக புல்லாங்குழல் இசைப்பான். அவன் வாசிப்பிற்கு இயற்கையும் அவனது மாடுகளும் ஆனந்தமாக அடிபணிவது நிதர்சனமாக இருந்தது. சுலபமான ஐந்து சுவர ராகங்களைப் போகிற போக்கில் வாசிக்கும் யாயா, அமானுஷ்யமான லயிப்பில் லிபிகளுக்கும் இலக்கணங்களுக்கும் சுவர அமைப்புகளுக்கும் அப்பாற்பட்ட ராகங்களை ஒரு முறை தன்னிச்சையில்லாமல் வாசிக்கத் தொடங்கினான். அவன் தன் சஞ்சாரம் முடிந்து கண் திறக்கும் போது அவனது மாடுகள், அங்கிருந்த மரங்கள், புற்தரை, தூரத்தில் தெரிந்த தொடுவானம், இவைகளெல்லாம் ஒரு பெரும் ஓவியத்தைப் பல துண்டங்களாகக் கிழித்து எந்தவொரு ஏரணமுமின்றி மீண்டும் அடுக்கியதைப் போல் கிடந்தன. இந்தக் குழப்பத்தைத் தீர்க்க யாயாவின் உதடுகள் அவனுடைய முதல் மந்திரத்தைத் தானாக உதிர்த்தன. அன்றிலிருந்து யாயா அவனது உளறல்கள், மந்திரங்கள் எனக் கண்டுபிடித்தான். அவை 'மூக்கு' என்ற மொழியின் வாக்கியங்கள் என தெரிந்துகொண்டான்.

௬௦. உள்திரவம்

முன்பொரு காலத்தில் ஒரு மந்திரவாதி தான் சிந்திய கண்ணீரையெல்லாம் ஒரு உள்திரவம் காயாத மந்திரக்குடுவையில் பிடித்து வைத்தான். சில சமயங்களில் காலையில் வாடாமல்லி மீது மெல்ல நகர்ந்துகொண்டிருக்கும் ஒரு பனித்துளியை அந்தக் குடுவையில் திரவங்கள் கலக்க பிடித்து வைத்தான். பேரழகியொருத்தியுடன் அவன் தீயாய் எரிந்த ராத்திரியில் அவளது மூக்குத்தியில் தேங்கி சுனையாய் வழிந்த வியர்வைத் துளியைப் பிடித்து வைத்தான். ஒரு கழுகின் ஆன்மாவை தன்னுள் கொண்டிருந்த நல்லபாம்பை நெறித்து ஒரு துளி விஷத்தைப் பிடித்து வைத்தான். ஆணையும் பெண்ணையும் மயக்கிவிடலாம் என்று ஒரு சித்தர் கண்ணடித்து அவனிடம் கொடுத்த வாசனை திரவியத்தை சிரித்துக் கொண்டே மறுத்து விட்டு ஒரு துளி மட்டும் பிடித்து வைத்தான்.

இப்படி பல துளிகளைப் பிடித்து வைத்துக்கொண்டே தன் வாழ்நாட்களை ஓட்டியவன் ஒரு நாள், அந்த மந்திரக் கலவை நொதித்துப் போய்விட்டது என்று குடுவையின் பழுப்பு நிறம் சாரல் பாய் விரிக்கும் நீர்வீழ்ச்சி ஒன்றில் அலையடிக்கும் வானவில்லின் நிறப்பிரிகையாய் மாறியபோது புரிந்து கொண்டான்.

மிக அழகான கண்களைக் கொண்ட மந்திரவாதி மூன்று தலைகளுடைய ஒரு தெய்வ நத்தையிடமிருந்து திருடிய வைரக்கல்லினால் கோடுகள் கீறிய ஒரு கனிமக் கல்லை ஒரு கடற்கரையில் புதைத்து அவன் அதுவரை சேர்த்து வைத்திருந்த அந்த மந்திர திரவியத்தை பாசனமாக ஊற்றினான். அடுத்த நாள் கடற்கரையில் அலைச்சத்தம் கேட்டுக் கொண்டேயிருக்கும் ஒரே பாறையில் குடைந்த உசரமான கோயில் அங்கு முளைத்துக் கிடந்தது. அதைப் பார்த்தபடி கண்கலங்கிய மந்திரவாதியைக் கண்டித்து, 'போதும் உன் மாய்மாலம்' என்பது போல் எழுந்தது ஒரு குரல் கனைப்பு. சட்டென்று நினைவு வந்த மந்திரவாதி தன் தோல் பையிலிருந்து கடவுளை எடுத்து வெளியே விட்டான். அது குடுகுடுவென்று கோயிலில் குடியேற ஓடியது. தன் பையிலிருந்த இன்னொரு குடுவையிலிருந்த ஒரு அமிலத்தை தனது கையில் தேய்த்துக் கொண்டான் மந்திரவாதி. அந்தக் கரத்தின் ஆள்காட்டி விரல் ' நான் ஒரு புத்திசாலி' என்று காற்றில் எழுதியது. அவனது பையில் இன்னொரு குடுவை இருந்தது. அதில் ஒரு நிழல் மையாக சுருண்டு கிடந்தது.

61. சாக்கு பூதம் சறுக்கு பூதம்

முன்பொரு காலத்தில் ஒரு மந்திரவாதி அருமையான அப்பாவி, நல்லவன், பரோபகார சீலன், அகலாத வெகுளி. துன்பப்படுபவர்களுக்கெல்லாம் துணிந்து தூணாய் நிற்பவனாக இருந்தான். அவனுக்கு உற்றாரான குடும்பத்தில் ஒரு சிறுமி மரணப்படுக்கையில் கிடந்தாள். கடைசி ஆசையாக நான்கு வெள்ளைப் புரவிகள் பூட்டிய சாரட்டில் ஊர் சுற்ற வேண்டும் என்று அவள் கூறுவதை ஒட்டுக் கேட்டுவிட்டான் மந்திரவாதி. உடல் தாங்க முடியாத துயரில், அவளது ஆசையை எப்படியும் நிறைவேற்றுவதென்று முடிவுகட்டினான்.

அதற்காக சாக்குபூதம் என்ற காலி சாக்குப்பைகளில் காற்றாக உப்பி அனைவரையும் பயமுறுத்தும் பூதத்திடம் யோசனை கேட்டான். சாக்கு பூதம் அந்த யோசனைக்குப் பதிலாக தான் என்ன கேட்டாலும் தர வேண்டும் என்று உறுதி வாங்கிக்கொண்டு புண்ணாக்குக் கடை ஒன்றில் சாக்கில் உப்பி அனைவரையும் பயமுறுத்திவிட்டு யோசனை கூறியது.

அங்கிருந்து மூன்று ஊர் தள்ளி ஒரு சமண வியாபாரி தன் உடைமைகளையெல்லாம் தானம் செய்துவிட்டு, துறவு பூணுகிறார், அவரிடம் நான்கு வெள்ளைப் புரவிகள் பூட்டிய

சாரட்டு உள்ளது. அவருடைய துறவு பூணும் விழைவை உன்னால் மாற்றிவிட முடியுமென்றால் அவர் நிச்சயம் அந்தச் சாரட்டை ஆசையாக ஓட்டிக்கொண்டு நம் பக்கத்து ஊர் அங்காடிக்கு வருவார். அவருக்கு நமது ஊர் மிராசுதார் வைத்துள்ள இரண்டு கறுப்புக் குதிரைகள் பூட்டிய சாரட்டின் மீது ஆசை வரும். இருவரும் தத்தம் விடலைத்தனத்திற்காக சாரட்டுகளை மாற்றிக் கொள்வர். நமது ஊர் மரகத வியாபாரியான மிராசுதாரின் மகள் விஷ ஜுரம் தொற்றி சில வருடங்கள் முன்புதான் இறந்தாள். அவரிடம் இந்தச் சிறுமியின் நிலையைக் கூறினால் நிச்சயம் பரிதாபப்பட்டு அவளுக்கு ஊர் சுற்ற சாரட்டைக் கொடுப்பார் என்றது சாக்கு பூதம்.

அந்தச் சமணரைத் துறவு போகாமல் எப்படித் தடுப்பது என்று கேட்டதற்கு, சறுக்கு பூதத்தைக் கைகாட்டியது சாக்கு பூதம்.

சறுக்கு பூதம் நாளெல்லாம் ஊரோரமாய் எதுக்கென்றே தெரியாமல் தனியாக நின்றுகொண்டிருந்த நான்கு வளைவு படிக்கட்டில் சறுக்கி விளையாடும். அதனால் யார் மனதில் வேண்டுமானாலும் குழந்தைத்தனமான இச்சைகளை ஏற்படுத்த முடியும். மந்திரவாதி சறுக்கு பூதத்தை உதவி கேட்க பதிலுக்கு மந்திரவாதி தான் கூறியதை நிறைவேற்ற வேண்டும் என்று உறுதி வாங்கிக்கொண்டு உதவி புரிந்தது.

மந்திரவாதி அந்தச் சிறுமியின் வீட்டிற்கே சென்று அவளது தந்தையிடம் மிராசுதாரிடம் சாரட்டு ஒன்று வெள்ளைக் குதிரைகள் பூட்டப்பட்டு உள்ளது நீங்கள் சென்று உதவி கேட்டால் போதும் என்றான். அவர் முறைத்த முறைப்பை அவன் வாழ்நாளெல்லாம் மறக்கவேயில்லை.

மந்திரவாதி ஒவ்வொரு துக்கத்துக்கும் ஒரு பயணத்தை மேற்கொள்பவன். ஒவ்வொரு இன்பமிகுதிக்கும் ஒரு பயணத்தை மேற்கொள்பவன். அந்தத் தந்தையின் முறைப்பில் அவன் உலகத்தைக் கட்டோடு புரிந்துகொள்ளத் தெரியாத தற்குறி என்று தன்னையே உணர்ந்தான். இத்தனை மந்திரஜாலங்களின் மத்தியில் வாழ்பவன் எப்படி இத்தனை முட்டாளாகவும் இருக்கிறேன் என்று தன்னை விசாரிக்க அவனுக்கு ஒரு நெடும் பயணம் தேவைப்பட்டது. இரண்டு பூதங்களுக்கு அவன்

கொடுத்த வாக்கை வேறு அவன் காப்பாற்ற வேண்டியது இருந்தது.

அந்த நெடும் பயணத்தில் சாக்கு பூதமும் சறுக்கு பூதமும் தங்களால் செய்ய முடியாத அபாயகரமான சில காரியங்களை மந்திரவாதியை வைத்து சாதித்துக்கொண்டன. அந்த அபாயத்திலெல்லாம் அவனைக் காப்பாற்ற அவனுக்கு நண்பனான ஒரு பூதம் இருந்தது. இந்த அபாயங்களின் முடிவில் சந்தர்ப்பவசமாக ஒரு தீவிலிருந்த ஒரு குகையில் தனித்திருந்த சிங்கத்தைக் கொன்று உலகத்திலேயே பலசாலியானான் மந்திரவாதி. அவனது பெயரே யாகுன். அவனது சீடனாக தனது பால்யத்தைச் செலவிட்டு, பின்பு தன் பெற்றோர்களிடம் இளைஞனாக வீடு திரும்பியவனே யாயா.

யாகுன் அந்தச் சிறுமியின் கதையை யாயாவிடம் பல முறை கூறியிருக்கிறான். ‘குழந்தைகளின் மந்திர உலகத்தை முற்றுக்குக் கொண்டுவருவதே பெற்றோர்களின் கடமை. ஒரு மந்திரவாதி அவனை ஈன்றவர்களின் பாதிகளின் கலப்பு என்ற வரையரையிலிருந்து விடுதலை அடைய வேண்டும். அவன் ஒரு சுயம்பு. அவன் விடுதலை அடையவே ஒரு பிறப்பில் இரு பிறப்பு கொண்டவன்’, என்று யாயாவை எச்சரித்துக் கொண்டே இருந்தான் யாகுன்.

௬௨. கார்ச்சனன்

முன்பொரு காலத்தில் ஒரு மந்திரவாதி தன் ஊரில் முதன்முதலில் மின்விளக்கு என்ற வஸ்து தோன்றியபோது அதனைப் பற்றி நன்கு விசாரித்துத் தெரிந்துகொண்டான். நாடு முழுதும் வழிந்தோடும் கண்ணிற்குப் புலப்படாத ஒரு சக்தியினால், தன்னால் இயங்கும் கருவிகள் மனித வாழ்க்கையை சுலபமாக்கப்போகின்றதென்று கேள்விப்பட்டவுடனே அவனுக்கு தோன்றிவிட்டது, இது நிச்சயமாக கார்ச்சனன் வேலைதான் என்று.

கார்ச்சனன் மந்திரவாதியின் பாலிய சிநேகிதன். மந்திர ஜாலத்தின் சூத்திரங்களை அவர்கள் ஆராய்கையில் நிஜம் என்ற இயல்பு அதன் மதியை லட்சணமாகக் கட்டிக் காக்கிறதென்றும், மந்திரம் அதன் காமத்தைத் தூண்டி கலவியின் இன்பத்தைப் போல் தன்னை மறந்த புனைவை அங்கு ஏற்படுத்துவதினால் மந்திரஜாலம் ஏற்படுகிறது என்றும் தெரிவு அடைந்தனர். இதற்கு பெரும் உறுதுணையாகச் செயல்படுவது பார்வையாளன்தான். ஒரு மந்திரஜாலம் நிகழ்கையில் அதற்கு பார்வையாளன் தேவைப்படுகிறான். அதனை நிகழ்த்தும் மந்திரவாதி வெறும் கருவிதான். அவன் கர்வம் மிகுந்த பலசாலியாக மற்றவர்களுக்குத் தெரிந்தாலும் தன்னைத் தானே பிழைகளினால்

மாற்றிக்கொள்ளும் பௌதீக இயற்கையானது தனக்குள் ஓடும் சூட்சமமான நதிகளை முப்பரிமாணத்திற்குள் வழிய வைக்க மந்திரவாதியை மடையாகப் பயன்படுத்திக்கொள்கின்றதே தவிர, மந்திரவாதி மந்திரஜாலங்களுக்கு அதிபதியாக மாட்டான் என்று அவர்கள் ஒரு முடிவுக்கு வந்தனர்.

நன்மை தீமை என்ற கர்ம வினையை அனுபவிக்கும் மனித இனத்தின் கொம்பும் மேளமும்தான் ஒரு மந்திரவாதி என்று மாயதுவாரம் என்ற நூலில் குறிப்பிடப்பட்டிருந்தது. அந்த முழுநூலும் ழக்கு என்ற மந்திர மொழியிலேயே எழுதப்பட்டிருந்தது. இதனைப் போன்று அறுபது நூல்கள் மந்திரஜாலத்தின் தத்துவத்தை வெவ்வேறு விதத்தில் அணுகின. மந்திரவாதிகள் மனிதர்களைப் போல் அறிவைப் புரிந்துகொள்வதில்லை அவர்கள் தலைகீழாகப் புரிந்துகொள்கிறார்கள். அதில் பகுத்தறிவானதே அமானுஷ்யம் - மந்திரஜாலமானதே பகுத்தறிவு. மாயதுவாரம் பகுத்தறிவைப் பேசும் அமானுஷ்யமான நூல்.

கார்ச்சனன் புரிந்துகொண்டது என்னவென்றால், பார்வையாளர்களை அதிகப்படுத்திக்கொண்டே போனால் மந்திரஜாலம் அதிகரிக்கும். மேலும் அவர்களை வசீகரிக்கும் ஏற்பாடுகள் செய்தால் அவர்கள் அறியாமலேயே அவர்களைப் பெரும் மந்திரஜாலத்தில் ஈடுபடுத்த முடியும்.

அப்போதே மந்திரவாதி கார்ச்சனனைக் கேட்டான், இதனைச் செய்வதினால் உனக்கென்ன லாபம் என்று. அந்தக் கேள்விக்கு கார்ச்சனன் பதிலும் கூறவில்லை, அதற்குப் பிறகு அவர்கள் சந்தித்துக்கொள்ளவுமில்லை.

கார்ச்சனன் மந்திரவாதியின் தோட்டத்தில் ஒரு செய்திச்செடியின் விதையைப் புதைத்து வைத்திருந்தான். மொழியின் ஒரு வரியினாலோ அல்லது சொற்றொடர்களின் குவிப்பினாலோ சொல்லமுடியாத விடைகளையும் விடயங்களையும் மந்திரவாதிகள் தங்களுக்குள் பரிமாறிக்கொள்ள செய்திச்செடிகளைப் புதைத்து வைப்பார்கள். அதன் விதையைப் புதைத்த மந்திரவாதி அதன் பழத்தை உண்ணும் பருவத்தில், செய்தியைப் புரிந்துகொள்ளவேண்டிய மற்றொரு மந்திரவாதி

அதற்குண்டான முதிர்ச்சியை அடைந்து விடுவான் என்ற கணிப்பில்தான் செடியைப் புதைப்பான்.

கார்ச்சனன் புதைத்த விதை மரமாக வளர்ந்து அதன் பழத்தை உண்ட போதுதான் தெரிந்துகொண்டான் மந்திரவாதி, கார்ச்சனன் பிறப்பே இல்லாதவன் என்று. அவனுடையதாக எல்லா யுகங்களிலும் ஒரு ரத்தமும், ஒரு எலும்புக் கூடும், ஒரு மண்டை ஓடும், ஒரு முழு உடலுக்கான தோலும் பலர் கைமாறி அலைந்துகொண்டிருந்தன. உடலே கொள்ளாமல் அவனை சக்தியாக அனுபவித்துச் செயல்படும் பொம்மைகளும் உலகம் முழுவதும் கிடந்தன. ஒரு முற்காடே அவனது சக்தியால் இயங்கி தனக்குள் ஒரு பெரும் போரை ஜனித்திருந்தது. மந்திரவாதி தன்னால் எரியும் தலைகீழ் விளக்கைப் பார்த்துக்கொண்டே இருந்தான். கார்ச்சனன் 'தானே மூக்கு' என்று ஒரு நாள் சந்நத நினைவில் மந்திரவாதியிடம் உளறியது அவனுக்கு நினைவு வந்தது.

௬௩. முத்துக்கூழ்

முன்பொரு காலத்தில் ஒரு மந்திரவாதி மேகணு என்ற கோரைப் புல்லிடமிருந்து தப்பித்து ஓடிக்கொண்டிருந்தான். அத்தகு துரத்தலில் பாய்ங்கிரிவன் என்ற பல உடல்கள் கோர்ந்த பாம்பைப் போல் வளைந்து சுழிந்து கிடந்த ஒரு மலைப்பாதையில் இப்பிறப்பு யாதென்ற கேள்வியும் விடியலைப் பற்றிய ஆன்ம நடுக்கமும் ஒன்றுகூடும் தருணத்தில் யாத்ரிகர்கள் அடையும் ஒரு ஊர் இருந்தது. நிலவின் ஒளி வீட்டுக் கூரைகளையெல்லாம் பௌர்ணமிகளில் காணாமல் அடிக்கும் முத்துக்கூழ் என்ற ஊர்தான் அது.

அதனை அடைந்த மந்திரவாதி அவ்வூரின் ஐதீகத்தைக் கண்டு சுவாரசியமடைந்தான். அங்கு ஒவ்வொரு வீட்டின் முன்னும் ஒரு படகு கட்டப்பட்டிருந்தது. ஏன் என்று ஆராய்ந்ததில் ஊழிக் காலத்தில் அந்த ஊரை, கடல் வந்து சேரும்போது தப்பிக்க அவர்கள் தயார் நிலையில் வைத்திருந்த தோணிதான் அந்தப் படகுகள் எனத் தெரிந்தது. இவ்வளவு உயரத்திற்கு, கடல் உயரும் என்று அவர்கள் உண்மையிலேயே நம்புகிறார்களா என்று விசாரித்தபோது, மந்திரவாதியை அவர்கள் மலையின் முகடொன்றிற்கு அழைத்துச் சென்றனர். பல குகைகள் புகுந்து

முகடிற்கு வெளிவரும்போது அவன் புரிந்துகொண்டான், அந்த ஐதீகத்தை.

அங்கு மலையைத் தாண்டிய வெளியில் வானின் நீலம் மொத்தமும் கடலாகக் கலங்கிக்கொண்டிருந்தது. அவன் உடல் பதற அவர்களை வியந்து முறைத்தான். ஏனெனில் அந்தக் கடல்வானம் ஊழியின் முழுமுதல் வடிவம். அவர்கள் எந்தப் பதட்டமுமின்றி அதனை வழிபட்டுக் கொண்டிருந்தனர். அவனால் அந்த இடத்தைவிட்டு அகல முடியவில்லை. அங்கேயே சரணாகதியாக உட்கார்ந்துவிட்டான். வானத்திலிருந்து பெரும் பாய்மரக் கப்பலைப் போல் மேகம் ஒன்று அவனை நோக்கி மிதந்து வந்தது.

அந்தி சிவக்கும் நேரத்தில் மேகணு என்ற கோரைப்புல்லில் மழை பொழியத் தொடங்கியது. ஊரார் ஊழியின் சகுனத்தை உணர மந்திரவாதியை விட்டுவிட்டு, தங்கள் படகுகளை நோக்கி ஓடினர். அதுவரை சுருண்டு கிடந்த பாய்ங்கிரிவன் உடலை சிலுப்பிக்கொண்டு ஊழி நீச்சலுக்குத் தயாரானது. இரவு நிகழ எதைப் பற்றியும் கவலையில்லாத பௌர்ணமி நிலவு தமது வெண்ணிற ஒளியின் வெள்ளத்தில் கூரைகளெல்லாம் காணாமல் போகும் அற்புதத்தை முதல் முறை செய்து காட்டுவது போல் வித்தை சலிக்காத மந்திரவாதியாய் அரங்கேற்றியது.

64. நேற்று இன்று நாளை என்ற மூன்று நாட்கள்

முன்பொரு காலத்தில் ஒரு மந்திரவாதி இரண்டு இரவுகளை ஒப்பிட்டுப் பார்த்துக்கொண்டிருந்தான். ஒன்று படித்த மேதைகளும் பண்டிதர்களும் தத்துவவாதிகளும் கவிஞர்களும் சாஸ்திரிய இசைக் கலைஞர்களும் இரவெல்லாம் விவாதித்துக் கொண்டும் தங்கள் தரிசனங்களைப் பகிர்ந்தபடியும் கழிந்த இரவு. இன்னொன்று குடிகாரர்களும் குரளிவித்தை காட்டுபவர்களும் நாடோடிகளும் திருடர்களும் சட்டத்திடமிருந்து பதுங்கித் திரிபவர்களும் விபசாரிகளும் கதைசொல்லிகளும் போதையில் தள்ளாடிய இரவு. இவர்கள் இருசாராருமே அப்படியொன்றும் தெள்ளத்தெளிந்த கோட்டினால் பிரிக்கப்பட்டவர்களாக மந்திரவாதிக்குத் தெரியவில்லை. அவர்களைப் பணம்தான் பல்வேறு விதமாக அடுக்குகிறது என்பதை ஓர் மூன்றாவது இரவில் புரிந்துகொண்டான்.

அந்த இரவில்தான் தனது தொழிலை விரும்பி உடலைப் பேணி வாழும் பல ஒழுக்கங்களையும், சரீரத்தைத் தகவமைக்கும் மருத்துவ உபாயங்களையும் கடைப்பிடித்து வந்த ஒரு விபசாரியை அவன் சந்தித்தான். ஆண்களும் அந்தத் தொழிலில் ஈடுபடுவது

மந்திரவாதிக்கு அவள் மூலம்தான் முதன்முதலில் தெரிய வந்தது. கயிற்றில் மேல் நடந்துகொண்டே நட்சத்திரங்களைப் பார்த்து ஜோசியம் சொல்லும் குரளிவித்தைக்காரனை அந்த இரவில்தான் சந்தித்தான். அன்றே கயிற்றின் மேல் நடந்து கொண்டே நட்சத்திரங்களைப் பார்த்தபடி மந்திரவாதியின் மொத்த வாழ்க்கையையும் இது இன்னது - எது என்னது என்று புட்டுப் புட்டு வைத்தான் அந்தக் குரளிவித்தைக்காரன்.

அன்று இரவுதான் மொத்த உலகத்தின் ஊர்களுக்கும் தானே பெயர் வைத்துக் கொண்டிருந்த ஒரு நாடோடியைச் சந்தித்தான். அவள் அத்தனை பிரதேசங்களைப் பற்றிய விவரங்களையும் தனது விரல் நுனியில் வைத்திருந்தாள். முன்னூறு வயதான அவள் இரண்டு வாரங்கள் கழித்து, கப்பலேறித் தனது கடைசி பயணமாக நீரின் திடவடிவத்தினால் ஆன ஒரு பெரும் நாட்டிற்குப் பயணப்பட இருந்தாள். நீருக்குத் திட வடிவம் உண்டென்றே அவள் கூறித்தான் மந்திரவாதிக்குத் தெரியும்.

இந்த மூன்று இராத்திரிகளிலுமே நேயர்கள் விருப்பத்திற்காகச் சில மந்திரஜாலங்களை அவன் நிகழ்த்திக் காட்டினான். ஒன்று குளிர்காயும் நெருப்பில், மற்றொன்று ஒரு பெரும் பாத்திரத்தில் நிரப்பப்பட்ட நீரை கண்ணாடியாகப் பயன்படுத்தி, மற்றொன்று காற்றுவெளியில் அந்தரத்தில்.

நெருப்பு, நீர், காற்று ஆகிய ஊடகங்களில் ஒவ்வொரு இரவும் மூன்று இரவுகளிலும் அந்தந்த இரவில் இல்லாத மிச்சம் இரண்டு இரவுகளை அங்கிருந்தோருக்கு ஒளிபரப்பிக் காட்டினான். தங்களிலிருந்து வித்தியாசமானவர்கள் கூடியிருந்த அந்த இரண்டு இரவுகளையும் அவற்றின் நிகழ்வுகளையும் அனைவரும் உற்சாகமாக ரசித்தனர். மூன்றிலுமே மந்திரவாதி இருந்தான் என்பதில் எவருக்குமே யாதொரு ஆச்சரியம் ஏற்படவில்லை. மந்திரஜாலம் என்றாலே அப்படித்தானே இருக்கும் என்று எதார்த்தமாக எடுத்துக்கொண்டு தொடர்ந்து கண்டுகளித்தனர்.

மந்திரவாதிக்கு இன்று நேற்று நாளையை அவதானிப்பதில் பெரும் குழப்பம் இருந்தது. இதனைப் பற்றிய பயம் வரும்போதெல்லாம் தராதி என்ற சுனையில் நீராடிவிட்டு வருவான். அந்தச் சுனையில் நீர் முன்னும் பின்னும் வலம்

சுழிந்தும் இடம் சுழிந்தும் மேல்நகர்ந்தும் கீழ்நகர்ந்தும் அசைந்துகொண்டே இருக்கும். அதில் நீராடுவதென்றாலே மந்திரவாதிக்கு அப்படியொரு உல்லாசம். பனையோலைகளில் செய்யப்பட்ட சின்னஞ்சிறிய கப்பல்களைத் தன்னைச் சுற்றி மிதக்கவிட்டுக்கொண்டே அவை படும் பாட்டை ரசித்துக்கொண்டே நாளெல்லாம் நீராடுவான் காலத்தைத் துறந்துவிட்ட மந்திரவாதி.

६5. இனிமை

முன்பொரு காலத்தில் ஒரு மந்திரவாதிக்கு இனிமை யானவர்களைக் கண்டால் பெரும் ஒவ்வாமை இருந்தது. அவர்களைப் புண்படுத்தக் கூடாது என்று இனிமையின் நெடி பொறுக்காமல் அவனுக்கு வரும் தும்மலைக் கட்டுப்படுத்திக் கொண்டு அவர்கள் கண்ணுக்கு எட்டாமல் சென்று தொடர் தும்மலாக ஒரு பத்து தும்மல் போடுவான். அதிலும் ஒரு கொடுமை அவன் தும்மும்போது மந்திரம் பாய்ந்து அவனது மூளையிலிருக்கும் விசித்திரமான வஸ்துக்களெல்லாம் வெளியே குதித்துவிடும். எத்தனை திருப்ப முயன்றாலும் கவிழ்ந்து கொள்ளும் ஒரு பிச்சைப் பாத்திரம். மீண்டும் மீண்டும் சத்தியம் செய்து விலகும் இரண்டு கைகள். தத்தளிப்பதைப் போல் தத்ரூபமாக இயங்கும் ஒரு சாவி கொடு மீன் பொம்மை. இரும்புக் கேடயத்தை ஓடாக அணிந்த இயந்திர ஆமை. சலிக்கும் போது சலிப்புச் சத்தங்கள் செய்யும் ஒரு சல்லடை. ஒரு பக்கம் திருப்பினால் ஓட்டை நாணயமாகவும் மறுபக்கம் திருப்பினால் தட்டை நாணயமாகவும் இருக்கும் சில்லறைகள். அச்சு அசல் ஒரே மாதிரி இருக்கக் கூடாது என்பதற்காகவே வேறு வேறு அபிநயத்தைச் செய்துகொண்டே இருக்கும் அச்சு அசல் ஒரே

மாதிரி ஜோடிக் குரங்கு பொம்மைகள். ஒரு சத்தப்பெட்டி.

இப்படி ஏதேதோ வஸ்துக்களை அவன் பத்துத் தும்மலாவது தும்முவான். இனிமையானவர்களைக் கண்டால் அப்படியொரு ஒவ்வாமை அவனுக்கு. இதனை ஆராய்ந்த ஆரந்தன் என்ற மந்திரவாதிகளின் வைத்தியன் தினமும் விழுங்க சில குளிகைகளைக் கொடுத்தான். அவற்றை உண்டால் இந்த ஒவ்வாமை அகன்றுவிடும். ஆனால் அந்தக் குளிகைகளின் பக்கவிளைவுகளைத் தவிர்க்க தினமும் இனிமையானவர் ஒருவருடனாவது பழக வேண்டும் என்று எச்சரித்தான். மிக இனிமையானவள் ஒருத்தியை மந்திரவாதி திருமணம் செய்து கொண்டான். இனிமை தித்தித்தது அவனுக்கு அனுதினமும். தான் அதுவரை தும்மிய வஸ்துக்களையெல்லாம் அவளிடம் தினமும் ஒன்றெனக் காண்பிப்பான். அவளது சின்னச் சிரிப்பில் அவற்றின் அர்த்தம் அவனுக்குப் புரிந்தது. அவனுடைய உளறல்களையெல்லாம் அவள் சிரத்தையாகக் குறிப்பெடுத்துக் கொள்வாள். அப்படிப்பட்ட ஆசை அவளுக்கு மந்திரவாதியின் மேல்.

௬௬. பதின்மூன்று மந்திரவாதிகள்

முன்பொரு காலத்தில் ஒரு மந்திரவாதி தனக்கு மனப்பிறழ்வு உள்ளதா என்று சந்தேகிக்கத் தொடங்கினான். மந்திரஜாலம் என்றெல்லாம் ஒன்றும் இல்லையோ! புத்திக்கோளாறுகளில் சித்தசுவாதீனம் அற்றுப் போகும் நிலைகளின் பைத்தியங்களில் ஒன்றுதானோ 'தான் ஒரு மந்திரவாதி' என்ற கற்பனை! என்று தன் நினைவுகளைப் பிடித்து வைத்திருக்கும் ஒரு கயிற்றை சற்றே தளரவிட்டான். தான் கோலை ஆட்டி மந்திரம் சொன்னால் இயல்பில் இல்லாததெல்லாம் நிகழ்கிறது என்ற பிரமையில் வாழ்நாளெல்லாம் கழித்துவிட்டோமோ! பகுந் என்ற கந்தர்வன் கடல் நடுவிலிருந்து தனக்காகப் பிடித்துக்கொண்டு பறக்க ஒரு கொத்து காற்றை அனுப்பி வைக்கிறான் என்பது வெறும் கனவோ அதில் உண்மை இல்லையோ! பன்னிரண்டு நாள் சாலா என்ற யட்சியை நினைத்துத் தனது லிங்கத்தை எழுப்பி வைத்திருந்தால் அவனது ஆள்காட்டி விரல் நகத்தின் பிறை வளைவில் கிரகணத்தின் வைர மோதிரம் போல் ஒரு ஜொலிப்பு வரும். பின்பு அவ்விரலால் எங்கு ஒரு வட்டம் வரைந்தாலும் அதனுள் புகுந்து நினைத்த வேறொரு இடத்திற்குச் செல்லலாம் என்பது உண்மை இல்லையோ! இவையெல்லாம்

உண்மை இல்லையென்றால் எத்தனை பெரிய அபத்தம் தனது மொத்த வாழ்க்கையும் என்று கிலேசத் தீயில் உள்ளம் எரிந்து கொண்டிருந்தான். அப்போது அவனது வீட்டு வாசல் மணி ஒலிப்பது கேட்டது. வெளியே சென்று பார்த்தால் அவனது பன்னிரண்டு சீடர்களும் வந்திருந்தனர்.

'குருவே நீங்கள் சொன்னது போலவே இந்த வண்டுகளைத் தொடர்ந்து சென்று கொண்டேயிருந்தோம். பன்னிரண்டு வருடங்கள் கழித்து இப்போதுதான் இவை இங்கு வந்து சேர்ந்திருக்கின்றன', என்று போதையாக அந்தரத்தில் மிதந்துகொண்டிருந்த பன்னிரண்டு வண்டுகளைக் காட்டினர்.

மந்திரவாதிக்கு அப்போதுதான் பன்னிரண்டு சிஷ்யர்களையும் பன்னிரண்டு வருடங்கள் முன்பு அவர்களது அன்பும், நச்சரிப்பும் தாங்காமல் தூரதேசங்களுக்கு பன்னிரண்டு வண்டுகளை காண்பித்து விரட்டி விட்டது நினைவு வந்தது.

அவனது மனநோய் அவன் யூகித்தது கிடையாது. அது முற்றிலும் வேறு. தன் மந்திரஜாலத்தில் யாதொரு உண்மைக்குறையும் இல்லை என்று தெரிந்துகொண்டு அவனது மாணவர்களைத் தழுவிக்கொண்டு அழுது தீர்த்தான். அவனை விடப் பல மடங்கு திறமைசாலிகளாக மாறிவிட்ட மாணவர்கள் வாழ்க்கையில் அடைந்திடாத ஆனந்தத்தை அடைந்தனர்.

67. முத்தமுடைய காலம்

முன்பொரு காலத்தில் ஒரு மந்திரவாதி எங்கு சென்றாலும் குதித்து குதித்துதான் செல்வான். சில நேரம் தாத்தாபூ குதி குதிப்பான். சில நேரத்தில் தாமரைப்பூ குதி குதிப்பான். சில சமயங்களில் தவளைக் குதி, பாம்புக் குதி, நரிக் குதி, யானைக் குதி, பனைமரக் குதி, தேவதாது மரக் குதி, மருத மரக் குதி, பல சமயம் மறதிக் குதி. அவனிடம் சென்று எவரேனும் ஏன் குதித்துக் குதித்துச் செல்கிறாய் என்று கேட்டால்,

'சரி பா நான் இனிமே குதிக்கல. நீ வருத்தப்படாதே' என்று கூறிவிட்டு நடந்து செல்லத் தொடங்கிவிடுவான்.

கேட்டவனுக்குக் குற்றவுணர்ச்சி கொப்பளிக்கும். அவன் எத்தனை மன்றாடினாலும் மந்திரவாதி குதிக்க மாட்டான். மந்திரவாதி குற்றவுணர்ச்சியின் கடவுள். அவன் தன் காதலிகளுக்குத் தன் உதடு படாமல் அவர்கள் உடலுக்கு அங்குலம் அருகில் நெருங்கி முத்தம் கொடுப்பான். காதலிகள் கோடி முத்தம் வாங்கியது போல் பிரபஞ்சத்திற்கு வெளியே சென்று உள்ளே வருவார்கள். அவர்கள் என்றைக்காவது நிஜ முத்தம் கேட்டால் அத்தோடு முடிந்தது இந்த மந்திர முத்தம். பெரும் முத்த வேதனையில் அவர்கள் அவனை சராசரி முத்தம் கேட்டுவிட்ட குற்றத்திற்கு

வாழ்நாளெல்லாம் சித்ரவதை அனுபவிப்பார்கள். தீராத குற்ற உணர்ச்சியை மனிதர்களுக்குப் பகிர்ந்து கொடுத்தபடி அலைந்துகொண்டிருந்தான் மந்திரவாதி. அவனை ஒரு வேடன், மான் என நினைத்துக் கொன்றுவிடுகிறான். மனிதன் என்று தெரிந்தவுடன் வாழ்நாளெல்லாம் உயிரை அறுக்கும் குற்றவுணர்ச்சியை அந்த வேடன் அனுபவிக்கிறான். வேடன் அம்பு எய்வதற்குக் குறிவைத்தபோது அங்கு ஒரு மான்தான் இருந்தது. அம்பு பாய்ந்து கீழே விழுந்த மானின் உடலைக் காப்பாற்ற வேடன் அருகில் சென்றபோது அங்கு கிடந்தான் மந்திரவாதி. நெஞ்சில் அம்பை ஏந்தியபடி கீழே விழுந்து கிடந்த மந்திரவாதியிடம்,

‘அய்யோ நான் ஒரு மான் மீதுதான் அம்பு எய்தினேன்...’

என்று வேடன் கதற, இறக்கும் தறுவாயிலிருந்த மந்திரவாதியின் முகத்தில் ஒரு தாமரைக் குளத்தில் ஒரேயொரு சலனம் பரவுவதைப் போல் ஒரு புன்னகை பரவியது.

௬௮. முற்கடித்த மூன்றாம்பூ

முன்பொரு காலத்தில் ஒரு மந்திரவாதி மந்திரஜாலங்களுக்கு இருந்த விதிகளையும் மனிதனாக இருப்பவன் மந்திரவாதியாகக் கடைப்பிடிக்க வேண்டிய அறத்தையும் ஒப்பிட்டு ஒரு நூல் எழுதத் தொடங்கினான். அதை அவன் ஆரம்பிக்கிறான் என்று தெரிந்த மாத்திரத்திலேயே பக்கிலி என்ற பூதம் அவன் கதவைத் தட்டியது. ஒவ்வொரு மந்திர புத்தகமும் எத்தனை செய்யுட்கள் கொள்ள வேண்டும் என்று நிர்ணயம் செய்யும் இலாகாவிற்கு உபதலைவன் அந்த பூதம்தான்.

'நீ இந்த நூலை நான்காயிரத்துப் பன்னிரண்டு செய்யுள்களில் எழுதி முடிக்க வேண்டும்', என்று மந்திரவாதியிடம் கட்டளையாய்த் தெரிவித்துவிட்டுத் திரும்பிப் பார்க்காமல் சென்றது பக்கிலி. அன்றுதான் மந்திரவாதி தன் வாழ்நாளின் உச்ச கட்ட கோபத்தை அடைந்தான். நான்காயிரத்துப் பதின்மூன்று செய்யுள்கள் எழுதுவது என்ற முடிவை எடுத்தான்.

பக்கிலி வந்த திக்கிலிடற எக்கிளைத்து
சிக்கலில் படர்ந்தாலும்
விக்கினம் நிற்க அக்கணம் எனும் கால்
கொக்கெனக் கொத்த கோடிமீன் கொடுத்தாலும்

முத்தசம் நான்காக என்வசம் ஆறங்க
இருகண் காட்சி இயைந்தாலும்
வெற்கி வெளியேறி வேதனை வரியாய்
கற்கிலேன் என்று ஞாலம் துறந்தாலும்
பற்கடித்து படியேறி முற்கடித்து மூன்றாம்பூ
தெற்குதித்த திருநாதன் நுதல் பதிக்க அந்தகதி
சந்தவிதி சிதைந்தாலும் சிவாய நமவோமென
முற்றுமுளைப் பாலாய் பற்றை அறுப்பேனே

என்று அந்தப் புனித நூலை ஆரம்பித்தான் மந்திரவாதி. இந்தத் தேவையில்லாத பாடலைத் தவிர்த்து மிச்சமிருந்த நான்காயிரத்துப் பன்னிரண்டு பாடல்களும் ஒன்றை நூலிலிருந்து நீக்கினால் இன்னொன்று பொருள் தராத கச்சிதத்தில் அற்புதமாக அமைந்தன.

௭௦. மூக்கு

முன்பொரு காலத்தில் ஒரு மந்திரவாதியால் தான் இருக்கும் இடம் எதுவாயினும், அவனால் அந்த இடத்திலிருந்து ஒன்றை உருவிவிட முடியும். அத்தகையது அவனுடைய மந்திர தந்திரம். அந்த ஒன்றை இழந்த தோரணையே அங்குள்ளோருக்கு மந்திரத்தின் வீரியம் குறையும் வரை தெரிய வராது. அந்த ஒன்றை அவர்கள் பெற்றவர்கள் என்ற வாசனையே அந்நேரத்தில் மறந்துவிடுவர்.

ஒரு திருவிழாவிலிருந்து கபடமாக குரல்களை உருவி விட்டான். அங்கிருந்தோர், பிராணிகளையும் சேர்த்து அத்தனை பேரும் வாழ்நாளெல்லாம் மௌனமாக இருந்தவர்கள் போல் நடந்துகொண்டனர். ஒரு அரசவையில் எடுபிடியாக எப்படியோ ஊடுருவிய மந்திரவாதி அந்த தர்பாரிலிருந்து ஆண்மையை உருவிவிட்டான். அவர்கள் தங்களால் தம் குறிகளை இயக்க முடியும் என்பதையே மறந்து அவையை நிகழ்த்தினர். ஒரு போர்க்களத்திலிருந்து சிவப்பு நிறத்தை உருவி விட்டான். ரத்தம் சிந்தாமல் ஒரு நாளெல்லாம் போர் நிகழ்ந்தது. ஒரு கதை சொல்லியிடமிருந்து ஒரு என்ற வார்த்தையை உருவி விட்டான். அந்த ராத்திரியெல்லாம் அவன் எதையுமே பற்றிப் பேசாத கதைகளைச் சொல்லித் தீர்த்தான்.

மந்திரவாதி உருவியவைகளெல்லாம் மீண்டு தம் உரிமையிடம் சென்று சேரும் போது, மந்திரவாதி மூக்கு என்ற மந்திரப்பிளவை பார்வையிடுவான். அந்தப் பிளவுதான் பிரபஞ்ச மொழி. அதில்தான் அனைத்தும் இயங்கிப் பேசி வாழ்ந்து மடிந்து தோன்றி தொலைந்து மாறி மகிழ்ந்தன. அந்தத் தாய் மொழிதான் மாயை செய்யும் முடிவிலியின் கற்பனை. அதனை தரிசிக்கையில் மந்திரவாதி தன் மந்திரத்தை அதன் மேல் செலுத்துவான். மூக்கு சிறிது நேரம் ஒரு முயலின் வேடத்தில் வந்து அவனிடம் விளையாடிவிட்டுச் செல்லும். தன்னைத்தானே பிரிய முடியாத குழந்தைத்தனத்தை மூக்கிடமிருந்து உருவ முயற்சித்தான் மந்திரவாதி. மூக்கு தன்னுடைய செல்ல முயலை அவனிடம் கொடுக்காமல் நிலவொளியில் துள்ளிக் குதித்து விளையாடியது.

70. எதிரி

முன்பொரு காலத்தில் ஒரு மந்திரவாதி தன்னை எதிர்ப்பவர்கள் திறந்துகொள்வதை கவனிக்கத் தொடங்கினான். இது ஏதோ ஒரு மந்திரத்தின் பக்கவிளைவாகத்தான் இருக்கும் என்று அவன் யூகித்தான். அந்த மந்திரத்தைக் கண்டுபிடித்து அதனைச் சொல்வதை நிறுத்த வேண்டும் என்று திட்டங்கள் தீட்டினான். அவன் கணக்கிட்டுப் பார்த்ததில் அவன் மொத்தம் எட்டாயிரத்து முன்னூற்று இருபத்து மூன்று மந்திரங்களை வெவ்வேறு கலப்பில் பயன்படுத்திக்கொண்டிருந்தான் என்று தெரியவந்தது. இந்தப் பக்கவிளைவுகளை ஏற்படுத்தும் தனி மந்திரமோ அல்லது மந்திரக் கலவையோ அந்தத் தொகையில்தான் ஒளிந்துகிடக்கிறது. அவனுக்கு எதிரிகள் அதிக எண்ணிக்கையில் இருந்தனர். அவர்களைப் பழிவாங்குவது, மூக்குடைப்பது, மண்ணைக் கவ்வ வைப்பது, அவர்களின் பிறப்பையே கொச்சைப்படுத்துவது என்று பலவிதமான சிற்றின்பங்களை அவன் மிக செளகரியமாக அனுபவித்து வந்தான்.

ஒரு தகராறில் அவனது தூரத்துச் சொந்தமான ஒரு குதிரை வியாபாரி மந்திரவாதிக்கு எதிரியானான். அவனைப் பழிவாங்க குதிரை வியாபாரியின் தாயுடன் அவளது இளமையில் காதல்

கொண்டிருந்ததாக ஒரு கதையை ஒரு பயில்வானின் மனதில் ஆழமாகப் பதித்து விட்டான் மந்திரவாதி. இப்படிப் பலவிதமான துஷ்ட வேலைகளில் பூரித்துக்கொண்டிருந்த மந்திரவாதிக்கு திடீரென இந்தப் பக்க விளைவு ஏற்படத் தொடங்கியது. அவனது எதிரிகள் திறந்து கொள்ள ஆரம்பித்தனர். அவர்களினுள் மந்திரவாதியால் மானசீகமாகப் புக முடிவது சாத்தியமாக ஆரம்பித்தது. அவர்களின் சிறுநீரகத்தில் இருக்கும் கல்லிருந்து அவர்களின் மிக அந்தரங்கமான பாலுறவு கலவி விவகாரங்கள் வரைக்கும் அவனால் உட்புகுந்து அறிந்துகொள்ள முடிந்தது. அவர்களது வாழ்வின் எந்த நாளின் எந்த வினாடியாக இருந்தாலும் மந்திரவாதியால் சிறியதொரு மின்சாரமாக மாறி அவர்கள் மூளையின் நினைவுச் சேமிப்பில் நுழைய முடிந்தது. பக்கவிளைவை மந்திர சக்தியாக கருதலாமா என்று மந்திரவாதி பரிசீலித்துக்கொண்டிருந்தான், அப்போது நிகழ்ந்தது ஒரு பின்னடைவு.

மைதிலி என்ற பேரழகி ஒரு தகராறில் மந்திரவாதியின் ஆணுறுப்பை அறுத்து விடுவேன் என்று மிரட்டி அவள் அவனது எதிரியானாள். உடனே திறந்தும் கொண்டாள். அவளது கர்ப்பப் பையில் அபாயமான சில கொப்புளங்கள் உள்ளன என்று தெரிந்துகொண்டான் மந்திரவாதி. பிறகு அவளது நினைவில் புகுந்து ஒரு தகுந்த நாளைத் தேடினான். அவள் சிறுமியாக ஆற்றங்கரையோரம் ஓடிக்கொண்டிருந்த தருணத்தில் ஒரு புளியமரத்தின் பின் அவளை வாழ்நாளெல்லாம் மனதை முறித்துக் காயப்படுத்தும் எண்ணத்தில் மந்திரவாதி காத்திருந்தான். மைதிலியைச் சிறுமியாகப் பார்த்த மந்திரவாதியின் மனம் முறிந்ததுதான் மிச்சம்.

உடல், மனம், ஆன்மா, ஒழுக்கம், லாப நட்டம் இவை அனைத்திற்கும் அப்பாற்பட்டு மைதிலியின் மேல் அப்படியொரு பெருங்காதல் தோன்றியது மந்திரவாதிக்கு. அந்தச் சிறுமியை மறித்து வாடவே வாடாத சூரியனின் திசையைத் துறத்தும் ஒரு ஒற்றை சூரியகாந்திப் பூவை பரிசளித்தான் மந்திரவாதி. அவனது எதிரி ஸ்தானத்திலிருந்து விலகிவிட்ட மைதிலி அன்றிரவு அவனைத் தேடிவந்து மன்னிப்பு கேட்டாள். அவள் இனி திறந்துகொள்ள மாட்டாள் என்று தெரிந்துகொண்ட

மந்திரவாதி அந்தப் பக்கவிளைவை எப்படியும் நிறுத்துவதென்ற முடிவை அடைந்தான். பக்கவிளைவை நிறுத்தமுடியவில்லை என்றால் அவளைப் பிரியவே பிரியாத நிரந்தர எதிரி ஆக்கிக் கொள்வது என்றும் முடிவெடுத்தான். மைதிலி அவனருகில் வரும்போதெல்லாம் அவனுக்கு இனிமையானவர்களிடமிருந்து வரும் நெடி வந்தது. தன் ஆணுறுப்பை அறுத்துவிடுவேன் என்று மிரட்டிய பெண் எப்படி இனிமையானவளாக இருக்க முடியும் என்று அவனுக்குக் குழப்பமாக இருந்தது. அவனிடம் அவள் மன்னிப்பு கேட்டபோது அவளது கேசத்தில் ஒரு சூரியகாந்திப் பூவை சூடியிருந்தாள். அவளது நெடி தாங்க முடியாமல் அவன் தும்மினான், ஒரே செயலைச் செய்யக் கூடாது என்று அடம்பிடித்துத் தம் செயல்களையும் அபிநயத்தையும் மாற்றிக் கொண்டே இருக்கும் ஒரு ஜோடிக் குரங்கு பொம்மைகள் கீழே விழுந்தன.

★★★

ஸ்ரீராம் விஸ்வநாதன் சென்னையில் பிறந்து வளர்ந்தவர். காட்சித்தொடர்பியலில் இளங்கலை பட்டம் பெற்றவர். கர்நாடக சங்கீதத்திலும், மேற்கத்திய இசையிலும் பயிற்சிபெற்று டிரினிடி காலேஜ் ஆஃப் லண்டனின் கிளாசிகல் கிடார் எட்டாவது கிரேட் பரிட்சையில் தேர்வு அடைந்திருக்கிறார். கிடார், வாய்ப்பாட்டு மற்றும் புல்லாங்குழல் கற்றுத் தருகிறார். அவரது தந்தை கண்டுபிடித்த யுவவீணை என்ற வாத்தியத்தில் கச்சேரிகள் நிகழ்த்தியுள்ளார். அவர் திருக்குறளுக்கு உரை எழுதி, ஒவ்வொரு அதிகாரத்துக்கும் ஒரு ஓவியத்தை வடிவமைத்து அது புத்தகமாக வெளிவந்துள்ளது. பாபாகா என்ற புனைபெயரில் வெளியான அவரது முதல் நாவலான *உப்புகு* ஒரு வித்தியாசமான இலக்கிய முயற்சி என்று பாராட்டப்பட்டது.

www.ingramcontent.com/pod-product-compliance
Lightning Source LLC
LaVergne TN
LVHW100819051026
849519LV00006B/2129